മലബാറിലെ മുസ്ലീങ്ങളും
ഇടതുപക്ഷവും

malabarile musleengalum idathupakshavum

•

dr. husain randathani

•

first edition
january 2013

•

second edition
september 2013

•

third edition
february 2014

•

published
chintha publishers, thiruvananthapuram

•

typesetting
megha

•

printed
repro india ltd, mumbai

•

cover
vinod

•

വിതരണം

ദേശാഭിമാനി ബുക്ക് ഹൗസ്

H O തിരുവനന്തപുരം–695 035
phone: 0471-2303026, 6063026
www.chinthapublishers.com
chinthapublishers@gmail.com

ബ്രാഞ്ചുകൾ

ഹെഡ്ഡാഫീസ് ബ്രാഞ്ച് കുന്നുകുഴി • സ്റ്റാച്യു തിരുവനന്തപുരം • കെ എസ്
ആർ ടി സി ബസ് സ്റ്റേഷൻ ആലപ്പുഴ • കെ എസ് ആർ ടി സി ബസ്
സ്റ്റേഷൻ എറണാകുളം • മച്ചിങ്ങൽ ലെയ്ൻ തൃശൂർ • ഐ ജി റോഡ് കോഴി
ക്കോട് • മാവൂർ റോഡ് കോഴിക്കോട് • എൻ ജി ഒ യൂണിയൻ ബിൽഡിങ്
കണ്ണൂർ • സെൻട്രൽ ബസ് ടെർമിനൽ കോംപ്ലക്സ് താവക്കര കണ്ണൂർ

CR - 1352 / 3409

മലബാറിലെ മുസ്ലീങ്ങളും ഇടതുപക്ഷവും

ഡോ. ഹുസൈൻ രണ്ടത്താണി

ചിന്ത പബ്ലിഷേഴ്സ്
തിരുവനന്തപുരം-695 035

ഡോ. ഹുസൈൻ രണ്ടത്താണി

1958 ൽ മലപ്പുറം ജില്ലയിലെ രണ്ടത്താണിയിൽ ജനിച്ചു. പിതാവ്: കെ ചെക്കുട്ടി ഹാജി. മാതാവ്: ഖാദീജ ഉമ്മ ഹാജ്ജ. അലിഗഡ് സർവകലാശാലയിൽനിന്ന് എം എ ബിരുദം. കോഴിക്കോട് സർവകലാശാലയിൽനിന്ന് പി എച്ച് ഡി നേടി. പന്ത്രണ്ടിലധികം കൃതികൾ പ്രസിദ്ധീകരിച്ചിട്ടുണ്ട്. ഏറ്റവും നല്ല ചരിത്രപ്രബന്ധത്തിന് ഡോ. സി കെ കരീം അവാർഡ് ലഭിച്ചു. ഇപ്പോൾ മലപ്പുറം, വളാഞ്ചേരി എം ഇ എസ് കെ വി എം കോളേജിൽ പ്രിൻസിപ്പാൾ.

വിലാസം	:	അരീക്കൽ ഹൗസ്
		രണ്ടത്താണി പി ഒ
		മലപ്പുറം ജില്ല
		മൊബൈൽ 9995946382
email	:	drhussaink @ gmail.com
website	:	www.hussainrandathani.com

ഉള്ളടക്കം

1

കേരളത്തിലെ മാപ്പിള സമൂഹം

മലബാറിലും ഇന്ത്യയുടെ തീരപ്രദേശങ്ങളിലും ഇസ്ലാംമത സന്ദേശ മെത്തുന്നത് മുസ്ലീം പ്രബോധകരായ സൂഫികളിലൂടെയും വ്യാപാര സമൂ ഹങ്ങളിലൂടെയുമാണ്. പൗരാണികകാലം തൊട്ടേയുള്ള ഇന്തോ-അറബ് വ്യാപാരബന്ധം ഇസ്ലാമിന്റെ ആഗമത്തിനുള്ള വഴി സുഗമമാക്കിയിരു ന്നു. ഏഴാം നൂറ്റാണ്ടിന്റെ അവസാനത്തോടെ ബുദ്ധമതം ക്ഷയിക്കുകയും ആ മതം ഹിന്ദുമതത്തിന്റെ ഭാഗമാവുകയും ചെയ്തപ്പോൾ കേരളത്തിൽ അധഃസ്ഥിത വിഭാഗങ്ങൾക്ക് ഇസ്ലാമിന്റെ സമത്വസന്ദേശം ആശ്വാസം നൽകി. കേരളത്തിലെ ജാതീയമായ ആചാരങ്ങളും സാമൂഹിക ഉച്ചനീച ത്വങ്ങളും ക്രിസ്തുമതത്തെപ്പോലെ ഇസ്ലാമിനും ഈ മണ്ണിൽ വളക്കൂറു ണ്ടാക്കി. രാജാക്കന്മാരുടെയും അറബിക്കച്ചവടക്കാരുടെയും പ്രോത്സാ ഹനങ്ങൾ അനുകൂലമായ സാഹചര്യങ്ങളും സൃഷ്ടിച്ചു. അങ്ങനെ പ്രാദേ ശികവും വിദേശീയവുമായ സാംസ്കാരിക സമന്വയത്തിലൂടെ ഒരു പുതിയ സമൂഹം രൂപപ്പെട്ടു (community formation) വന്നു. ഇങ്ങനെ യാണ് മാപ്പിള സംസ്കാരമെന്ന് വിളിക്കപ്പെട്ട കേരളീയ ഇസ്ലാം ജനിക്കു ന്നത്. ഇസ്ലാം വിവിധ നാടുകളിൽ പ്രചരിക്കപ്പെട്ടപ്പോൾ തദ്ദേശീയ സംസ്കാരങ്ങളെ ഉൾക്കൊണ്ടതുകൊണ്ടാണ് വിവിധ നാടുകളിലെ മുസ്ലീങ്ങൾ സാംസ്കാരികമായി വ്യത്യാസപ്പെട്ടിരിക്കുന്നത്.

കേരളീയ ഇസ്ലാമിന് രാഷ്ട്രീയ ലക്ഷ്യങ്ങളുണ്ടായിരുന്നില്ല. മറിച്ച് പ്രാദേശിക ഭരണകൂടങ്ങളുമായി ചേർന്ന് സാമൂഹികവും സാമ്പത്തികവു മായ അഭിവൃദ്ധി കൈവരുത്തുകയായിരുന്നു ലക്ഷ്യം. പ്രാദേശിക രാജാ ക്കന്മാർക്കാകട്ടെ, മുസ്ലീം സാന്നിധ്യം അവരുടെ സാമ്പത്തികാഭിവൃദ്ധിക്ക് ഉപകാരപ്പെടുകയും ചെയ്തു. അതിനാൽ ഇരു സംസ്കാരങ്ങളുടെയും

പരസ്പരം മേൽക്കോയ്മയില്ലാതെയുള്ള നിലനിൽപ്പിന് അത് സഹായക മായി. ശൈഖ് സൈനുദ്ദീൻ എഴുതിയതുപോലെ: "മലബാറിലെ രാജാക്ക ന്മാർ മുസ്ലീങ്ങളെ ബഹുമാനിച്ചു. കാരണം ഇവിടെ പട്ടണങ്ങൾ വളർന്നു വന്നത് മുസ്ലീങ്ങളിലൂടെയായിരുന്നു. അതിനാൽ മുസ്ലീങ്ങൾക്ക് അവരുടെ കർമങ്ങളനുഷ്ഠിക്കുന്നതിനുള്ള എല്ലാ സൗകര്യങ്ങളും ചെയ്തുകൊടു ക്കുക മാത്രമല്ല ഖാസിമാർക്കും വാങ്കു വിളിക്കാർക്കുമുള്ള അലവൻസ് വരെ പൊതുഖജനാവിൽനിന്ന് നൽകുമായിരുന്നു."[1] മതം മാറിവരുന്ന കീഴാളനെ ആദരവോടെ കാണാനും ബ്രാഹ്മണ സമൂഹങ്ങൾക്ക് മടിയു ണ്ടായില്ല.[2] മതംമാറ്റം അക്കാലത്ത് സാമൂഹികമായ പരിവർത്തനത്തിന് വഴിയൊരുക്കുമായിരുന്നു. മേൽജാതിക്കാരാൽ പരിഗണിക്കപ്പെടാതിരുന്ന കീഴ്ജാതിക്കാർക്ക് സമൂഹത്തിൽ സ്ഥാനം നേടിക്കൊടുക്കാനും അന്ന ത്തെ മതംമാറ്റം സഹായിച്ചിരുന്നു.[3] ഇപ്രകാരം സാമൂഹികമായ കാരണ ങ്ങളാണ് മാപ്പിളമാരുടെ എണ്ണം വർധിക്കാൻ മുഖ്യമായും കാരണമായത്.

വ്യാപാരസമൂഹങ്ങളിൽ മാത്രം ഇസ്ലാം നിലനിന്നിരുന്ന ആദ്യകാല ത്ത് മതത്തിന്റെ വളർച്ച സാവധാനത്തിലായിരുന്നു. അക്കാലത്ത് മുസ്ലീങ്ങൾ തീരപ്രദേശങ്ങളിൽ മാത്രം ഒതുങ്ങി. അവിടെത്തന്നെ അവ രുടെ വാസം പ്രത്യേക സെറ്റിൽമെന്റുകളിലായിരുന്നു. ഇവരുടെ ബന്ധം പ്രധാനമായും രാജാക്കന്മാരോടും ഭരണസമൂഹങ്ങളോടുമായിരുന്നു. അതിനാൽ പൊതുസമൂഹത്തിൽ ഇസ്ലാമിന് വേരോട്ടമുണ്ടായില്ലെന്ന് മാത്രമല്ല; സാമൂഹിക പ്രശ്നങ്ങളിൽ ഇടപെടാൻ ഈ വ്യാപാരി സമൂ ഹങ്ങൾക്ക് താൽപ്പര്യവുമുണ്ടായിരുന്നില്ല. പരസ്പരവിനിമയ ഭാഷയായി അറബിമലയാളം രൂപപ്പെട്ടിരുന്നുമില്ല. ആദ്യകാലത്തെ ഖാസിമാരും പണ്ഡിതന്മാരും അറേബ്യയിൽനിന്ന് വന്നവരായതുകൊണ്ട് കേരളീയ ഇസ്ലാമിക സമൂഹത്തിന്റെ നിർമാണത്തിൽ അവർ വലിയ പങ്കൊന്നും വഹിച്ചില്ല. കുടിയേറ്റക്കാരായ അറബികളുടെ മതകാര്യങ്ങൾ നിർവഹി ക്കുന്നതിലപ്പുറം മതപ്രചാരണത്തിൽ അവർ താൽപ്പര്യം കാണിച്ചതുമി ല്ല. ഇപ്രകാരം ആദ്യകാലത്ത് ഇസ്ലാം തദ്ദേശീയ ധാരയിൽനിന്ന് വേറിട്ടുനിൽക്കുകയായിരുന്നു.

രാജാവിന്റെ മതംമാറ്റമാണ് ഇസ്ലാം പ്രചാരണത്തിന്റെ തുടക്കമായി പല ചരിത്രകാരന്മാരും രേഖപ്പെടുത്താറുള്ളത്. രാജാക്കന്മാരുടെ മതം മാറ്റം അക്കാലത്ത് വലിയ സംഭവമായി കാണേണ്ടതില്ല. ബുദ്ധമതത്തി ലും ക്രിസ്തുമതത്തിലും ഇസ്ലാമിലും വിശ്വസിച്ച പല രാജാക്കന്മാരുമു ണ്ട്. കൊട്ടാരത്തിൽ മാത്രം ഒതുങ്ങിനിന്ന ഈ മതംമാറ്റങ്ങൾ അക്കാല ത്തെ സാധാരണക്കാരിൽ വലിയ സ്വാധീനമൊന്നും വരുത്തിക്കാണുന്നില്ല. പിൽക്കാലത്താണ് ഇവ നാടോടിസാഹിത്യങ്ങളിൽ സ്ഥാനംപിടിക്കു ന്നതുതന്നെ. പെരുമാക്കന്മാർ പലരും മതംമാറിയ കഥകൾ പ്രചാരത്തി ലുണ്ട്. ഇസ്ലാം വിശ്വസിച്ച രണ്ടു പെരുമാക്കന്മാരെ ചില കൃതികൾ പരി ചയപ്പെടുത്തുന്നു. ഒരു സാമൂതിരി രാജാവ് ഇസ്ലാം വിശ്വസിച്ച കഥയും

പ്രചാരത്തിലുണ്ട്. *തുഹ്ഫതുൽ മുജാഹിദീൻ,*[4] *റിഹ്ലതുൽ മുലൂക്*[5] എന്നീ അറബികൃതികളിലെയും ഹിന്ദു-മുസ്ലീം നാടോടിക്കഥകളിലെ യും[6] വിവരണമനുസരിച്ച് പെരുമാൾ ചക്രവർത്തിമാർ ആരൊക്കെയോ മതംമാറിയിരിക്കാൻ സാധ്യതയുണ്ട്. വിവരണങ്ങൾ ഏറെക്കുറെ സാമ്യം പുലർത്തുന്നുണ്ടെങ്കിലും തീയതികളിലുള്ള വ്യത്യാസംമൂലം യോജിച്ച തീരുമാനത്തിലെത്താൻ ചരിത്രകാരന്മാർക്ക് സാധിക്കുന്നില്ല. തമിഴ്ദേശത്തും രാജാക്കന്മാരുടെ മതംമാറ്റത്തെക്കുറിച്ചുള്ള കഥകൾ പ്രചാരത്തിലുണ്ട്. ഈ സാഹിത്യങ്ങൾ ഇസ്ലാമിക പ്രബോധനത്തിന്റെ ആദ്യഘട്ടത്തിൽ പിറന്നതല്ല എന്നുകൂടി ഓർക്കണം. അറബിക്കച്ചവട ക്കാരുടെ കുടിയേറ്റത്തിന്റെ ആദ്യകാലത്ത് ഇസ്ലാം തീരപ്രദേശത്ത് ഒതു ങ്ങിനിൽക്കുകയായിരുന്നു. അന്ന് അറബികളുടെ പ്രേരണമൂലം രാജാ ക്കന്മാരാരെങ്കിലും ഇസ്ലാം വിശ്വസിച്ചിരിക്കാം. എന്നാൽ അതാണ് ഇസ്ലാം മതത്തിന്റെ ആരംഭം കുറിച്ചതെന്ന് പറയുന്നത് ചരിത്രപരമായി ശരിയാ കാൻ വഴിയില്ല. ഇസ്ലാംമതത്തിന്റെ പ്രചാരണം തുടങ്ങാൻ അങ്ങനെ ഒരു ഉദ്ഘാടനം നടന്നിരിക്കാനിടയില്ല. അറേബ്യയിലെ വ്യാപാരി കൾതന്നെ ഇസ്ലാം സ്വാഭാവികമായി ഇവിടെ എത്തിച്ചിരിക്കണം.

മാലിക് ദീനാറിന്റെ കാലം

ഇസ്ലാമിന്റെ പ്രചാരണത്തിൽ ശാസ്ത്രീയമായ മാറ്റം ഉണ്ടാവുന്നത് ബസറ സ്വദേശി മാലിക് ദീനാറിന്റെ വരവോടു കൂടിയാണ്. എന്നാൽ മാലിക് ദീനാറിന്റെ കാലത്താണ് കേരളത്തിൽ ആദ്യത്തെ മുസ്ലീംപള്ളി യുണ്ടായത് എന്നു പറയാനും വയ്യ. ശൈഖ് സൈനുദ്ദീന്റെ കാലഗണന പ്രകാരവും മാലിക് ദീനാറിന്റെ ജീവിതകാലവും വച്ചു നോക്കുമ്പോൾ എട്ടാം നൂറ്റാണ്ടിന്റെ ആദ്യ പകുതിയിലാണ് മാലിക് ദീനാർ വന്നത് എന്നാണ് മനസിലാവുന്നത്.[7] മാലിക് ദീനാറിന്റെ വരവിന് കാരണക്കാ രൻ ചേരമാൻ പെരുമാളാണെന്ന് നാടോടി സാഹിത്യങ്ങളിൽനിന്ന് വായി ച്ചെടുക്കാം. പെരുമാൾ മക്കത്തേക്ക് പോവുമ്പോൾ കോഴിക്കോട് ഖാസി യാരെ നിയമിക്കാനുള്ള അവകാശം മാനവിക്രമന് നൽകിയതായി കേര ളോൽപ്പത്തിയിൽ പറയുന്നത്[8] അംഗീകരിക്കാമെങ്കിൽ ഖാസിയാരും പള്ളിയുമൊക്കെ ഇവിടെ നേരത്തെ ഉണ്ടായിരിക്കണം. കാരണം മുസ്ലീം സെറ്റിൽമെന്റ് തുടങ്ങുമ്പോൾ പള്ളി അവിഭാജ്യമാണ്. അതിന് മാലിക് ദീനാർ വരുന്നതുവരെ കാത്തിരിക്കാൻ കഴിയില്ല. ആ നിലയ്ക്ക് മുസ്ലീം ആഗമത്തിന്റെ ചരിത്രത്തിനായി പുത്തൻ മേച്ചിൽപുറങ്ങൾ കണ്ടെത്തേ ണ്ടതാണ്.

ചരിത്രത്തിൽ പല മാലിക് ദീനാറുമാരെക്കുറിച്ച് പറയുന്നുണ്ടെങ്കിലും കേരളത്തിൽ വന്ന മാലിക് ദീനാർ ഖുറാസാനിൽ മരണപ്പെട്ടുവെന്ന് പറ യപ്പെടുന്നു.[9] ഖുറാസാനിൽ മരണപ്പെട്ട സൂഫിയായ മാലിക് ദീനാറിനെ ക്കുറിച്ച് അറബിചരിത്രത്തിൽ പരാമർശമുണ്ട്. ഇദ്ദേഹം പ്രസിദ്ധ സൂഫി

ഗുരുവായ ഹസനുൽ ബസരിയുടെ (മരണം: 744) ശിഷ്യനാണെന്നും കാണാം. അദ്ദേഹം കേരളത്തിൽ വന്ന കാര്യം അറബി ചരിത്രങ്ങളിൽ കാണുന്നില്ലെങ്കിലും ഇക്കാര്യം കേരളത്തിലെ വിവിധ കൃതികൾ പരാമർശിക്കുന്നതുകൊണ്ട് അത് തള്ളിക്കളയാനും വയ്യ. എന്തായാലും അദ്ദേഹം പ്രവാചകന്റെ കാലത്തോടനുബന്ധിച്ചാണ് കേരളത്തിൽ വന്നത് എന്ന് വിശ്വസിക്കാൻ പ്രയാസമാണ്. കാരണം പ്രവാചകന്റെ കാലത്ത് മാലിക് ദീനാറിന്റെ നാട്ടിൽ ഇസ്ലാമിക പ്രചാരണം എത്തിയിരുന്നില്ല. മാലിക് ദീനാർ വന്നത് ക്രി.വർഷം 701 ലാണെന്ന് കേരളത്തിലെ ഇസ്ലാം മതാഗമത്തെക്കുറിച്ച് ചരിത്രമെഴുതിയ ഉമർ സുഹ്യവർദി പറയുന്നുണ്ട്.[10] ശൈഖ് സൈനുദ്ദീന്റെ കാലഗണന പ്രകാരം മാലിക് ദീനാർ വന്നത് ക്രി.വർഷം 844 ലാണെന്നാണ്.[11] ആ നിലയ്ക്ക് ആദ്യ പള്ളി നിർമിച്ചതിന്റെ പ്രത്യയം മാലിക് ദീനാറിന് നൽകാൻ വയ്യ. മാലിക് ദീനാർ പുതിയ സ്ഥലങ്ങളിൽ കൂടുതൽ പള്ളികൾ നിർമിച്ചിരിക്കാം. പഴയ പള്ളികളിൽ ഖാസിമാരെയും നിയമിച്ചിരിക്കാം.

കേരളത്തിൽ രാഷ്ട്രീയ അസ്ഥിരതയുടെ കാലമായ എട്ടാം നൂറ്റാണ്ടിലാണ്[12] മാലിക് ദീനാറും സംഘവും വരുന്നത്. ഇക്കാലത്തു തന്നെയാണ് പള്ളികൾ കേന്ദ്രമാക്കി മാലിക് ദീനാറും സംഘവും നവോത്ഥാന പ്രവർത്തനങ്ങൾ നടത്തുന്നത്. അതിനാൽ കേരളീയ ഇസ്ലാമിന്റെ ആദ്യത്തെ നവോത്ഥാന നായകനായി മാലിക് ദീനാറിനെ കാണാവുന്നതാണ്. അദ്ദേഹം മംഗലാപുരം മുതൽ കന്യാകുമാരി വരെയുള്ള തീരപ്രദേശങ്ങളിൽ പലയിടത്തായി പള്ളികൾ പണിയുകയും ഇസ്ലാമിക പ്രചാരണം ശാസ്ത്രീയമാക്കുകയും ചെയ്തു. വിവിധ പള്ളികളിൽ തന്റെ ബന്ധുക്കളിൽപ്പെട്ട ഖാസിമാരെ നിയമിച്ച് അവരുടെ നേതൃത്വത്തിൽ മതകാര്യങ്ങൾ നടത്തിപ്പോന്നു. ഇക്കാലത്തൊന്നും ഉൾനാടുകളിലേക്ക് ഇസ്ലാംമതം എത്തിയിരുന്നില്ല. അതുകൊണ്ടാണ് മാലിക് ദീനാറിന്റെ പള്ളികൾ തീരപ്രദേശങ്ങളിൽ ഒതുങ്ങിയത്.

മാലിക് ദീനാർ വന്ന എട്ടാം നൂറ്റാണ്ടിൽ കേരളീയ ഇസ്ലാമിക സമൂഹം രൂപപ്പെട്ടു വരുന്നേയുള്ളൂ. തീരപ്രദേശങ്ങളിലെ അധിവാസ കേന്ദ്രങ്ങളിൽ ഒതുങ്ങിയ അറബികൾ കേരളീയ സമൂഹത്തോട് സാംസ്കാരികമായി സംവദിക്കാൻ തുടങ്ങിയിരുന്നില്ല. കച്ചവടസമൂഹങ്ങളുമായി മാത്രമേ അവർ ബന്ധപ്പെട്ടിരുന്നുള്ളൂ. അവരാകട്ടെ അധികവും രാജാവിന്റെ ആളുകളായിരുന്നു. കേരളത്തിന്റെ ഉൾനാടുകളുമായും അവിടത്തെ സാധാരണക്കാരുമായും അറബികൾ അജ്ഞരായിരുന്നു. തദ്ദേശീയരെ വിവാഹം ചെയ്യുന്നത് ഒരു സമ്പ്രദായമായി രൂപപ്പെട്ടു വന്നിരുന്നില്ല. പുതിയ സാംസ്കാരിക രൂപീകരണത്തിന്റെ അടിസ്ഥാനഘടകമായ ഭാഷയും വളർന്നുവന്നിരുന്നില്ല. ഇസ്ലാമിക സാഹിത്യങ്ങൾ അറേബ്യയിൽനിന്ന് ഇറക്കുമതി ചെയ്യുന്നതല്ലാതെ കേരളത്തനിമയുള്ള സൃഷ്ടികൾ നന്നേ കുറവായിരുന്നു. പതിനാലാം നൂറ്റാണ്ടിൽ ഇബ്നു ബത്തൂത്ത

കേരളം സന്ദർശിച്ചപ്പോൾ അദ്ദേഹം തീരപ്രദേശങ്ങളിലെ മുസ്ലീങ്ങളുടെ കാര്യമാണ് പറയുന്നത്. പതിനഞ്ചാം നൂറ്റാണ്ടിൽ പേർഷ്യൻ രാജാവിന്റെ പ്രതിനിധിയായി അബ്ദു റസാഖ് കേരളം സന്ദർശിക്കുമ്പോഴും ഇസ്ലാമും കേരളീയ സംസ്കാരവും വേറിട്ടു തന്നെയാണ് നിൽക്കുന്നത്. രാജാക്ക ന്മാർ അറബി കച്ചവടത്തെ പ്രോത്സാഹിപ്പിക്കുന്നതും നാടിന്റെ സമ്പദ് സമൃദ്ധി വർധിപ്പിക്കുന്നതും ഇസ്ലാംമതക്കാർക്ക് സർവ സഹായവും ചെയ്യുന്നതും ശരിയാണ്. ഇതൊക്കെ ഇസ്ലാമിന്റെ നാഗരികമുഖത്തെ യാണ് പ്രതിഫലിപ്പിച്ചിരുന്നത്. അതേസമയം കേരളീയർ കൂടുതലാ യൊന്നും ഇസ്ലാമിലേക്ക് വന്നിട്ടില്ല. രാജാവുമായുള്ള അറബികളുടെ ബന്ധം സുദൃഢമാക്കുന്നതിന് വെള്ളിയാഴ്ചത്തെ പ്രസംഗത്തിൽ ഇസ്ലാ മിലെ ഖലീഫമാരോടൊപ്പം സാമൂതിരിയുടെ പേരുകൂടി ഉൾപ്പെടുത്തു കയും പള്ളിയിലെ പ്രസംഗകൻ (ഖത്തീബ്) സാമൂതിരിക്കായി പ്രാർഥി ക്കുകയും ചെയ്യുമായിരുന്നു.[13] കേരളീയ മുസ്ലീം സംസ്കാരത്തിന്റെ സാമൂഹിക രൂപീകരണത്തിനുള്ള പരിതഃസ്ഥിതികളൊക്കെ സംജാത മായിരുന്നുവെങ്കിലും ശൈഖ് സൈനുദ്ദീന്റെ കാലംവരെ ഇരു സംസ്കാ രങ്ങളും വേറിട്ടുതന്നെയാണ് നിന്നിരുന്നത്.

വ്യാപാരരംഗത്ത് കോഴിക്കോട് ശക്തിപ്പെട്ടുവരുന്നത് പേർഷ്യൻ വംശജരായ കോയമാരിലൂടെയാണ്. ഇവർ പതിനഞ്ചാം നൂറ്റാണ്ടിനുമുമ്പു തന്നെ കോഴിക്കോടും ഗുജറാത്ത് വരെയുള്ള തീരപ്രദേശത്തും താവള മുറപ്പിച്ചിരുന്നു. സാമൂതിരിയുമായുള്ള ബന്ധം കോയക്കും സാമൂതിരിക്കും അറബി വ്യാപാരത്തിനും ഏറെ ഉപകാരപ്പെട്ടു. തുറമുഖാധിപനായി കോയയെ നിശ്ചയിക്കുക മാത്രമല്ല; ഒരു നായർ മാടമ്പിയുടെ എല്ലാ പദ വികളും കോയക്ക് നൽകുകയും ചെയ്തു.[14] സാമൂതിരിയുടെ എല്ലാ ഭരണസംവിധാനങ്ങളിലും കോയക്ക് ഉന്നതപദവി നൽകുകയും വള്ളുവ നാട്ടിലേക്കുള്ള സാമൂതിരിനാടിന്റെ വികസനത്തിന് കോയ തന്ത്രങ്ങളാ വിഷ്കരിച്ചുകൊടുക്കുകയും ചെയ്തു. പതിനഞ്ചാം നൂറ്റാണ്ടോടെ മരയ് ക്കാന്മാരും കോഴിക്കോട്ടേക്ക് കുടിയേറാൻ തുടങ്ങി. കോഴിക്കോട്ടെ പ്രസി ദ്ധമായ തോപ്പിൽ തറവാട് മരയ്ക്കാർ കുടുംബത്തിന്റേതാണ്. മരയ്ക്കാർ മാരും കോയമാരും സാമൂതിരിയുടെ സഹായികളായി മാറിയതോടെ സംസ്കാരങ്ങൾ തമ്മിലുള്ള അടുപ്പത്തിനും ഇത് വഴിയൊരുക്കി. അതിനു പുറമെ കോഴിക്കോട്ടെ ഖാസിക്കും സാമൂതിരി സ്ഥാനമാനങ്ങൾ നൽകി വന്നു. മുസ്ലീം പ്രശ്നങ്ങളിൽ തീർപ്പുകൽപ്പിച്ചത് ഖാസിയായിരുന്നു. പതി നഞ്ചാം നൂറ്റാണ്ടോടെ മുസ്ലീം പുണ്യവാളന്മാരും കോഴിക്കോട്ടെത്താൻ തുടങ്ങി. അവർക്കും സാമൂതിരി സൗകര്യങ്ങൾ നൽകി. പതിനാലാം നൂറ്റാണ്ടിൽ ഇബ്നു ബത്തൂത്ത മലബാറിൽ എത്തുമ്പോൾ ഇവിടത്തെ തീരപ്രദേശം അറബി പേർഷ്യൻ മുസ്ലീങ്ങളുടെ കുടിയേറ്റ കേന്ദ്രങ്ങളായി മാറിക്കഴിഞ്ഞിരുന്നു. ഷാബന്ദർകോയയെക്കുറിച്ചും ഖാസിമാരെക്കുറിച്ചും സൂഫികളെക്കുറിച്ചും അദ്ദേഹം വിവരണങ്ങൾ തരുന്നുണ്ട്. തീരപ്രദേ

ശത്തെ പല പള്ളികളും നിർമിച്ചത് ധനാഢ്യന്മാരായ വിദേശ കച്ചവട ക്കാരായിരുന്നു, ഇബ്നു ബത്തൂത്തയെ കോഴിക്കോടൻ തീരത്തെ മുസ്ലീങ്ങൾ വാദ്യമേളങ്ങളോടെയാണ് സ്വീകരിച്ചത്.

പതിനാലാം നൂറ്റാണ്ടിന്റെ തുടക്കത്തിൽ തമിഴകത്ത് രാഷ്ട്രീയ സ്ഥിരത നശിച്ചതിനാൽ അവിടെ സുഗമമായ വ്യാപാരത്തിന് മങ്ങലേറ്റി രുന്നു. ആദ്യകാലത്ത് അറബികളുടെ വ്യാപാരം മുഖ്യമായും നടന്നിരു ന്നത് തമിഴ് തീരം കേന്ദ്രീകരിച്ചായിരുന്നു. എന്നാൽ ചോളന്മാരുടെ പതന ത്തോടെ തമിഴ്തീരത്തെ അറബിവ്യാപാരംകൂടി മലബാർതീരത്തേക്ക് മാറി. പതിനാലാം നൂറ്റാണ്ടിന്റെ അവസാനത്തോടെ കോഴിക്കോട്ടേക്ക് അറബികൾ കൂടുതലായി കുടിയേറുകയും തമിഴകത്തിന്റെ പ്രാധാന്യം കുറയുകയും മലബാർതീരം കൂടുതൽ ശക്തിപ്പെടുകയും ചെയ്തു. തമിഴ് തീരത്തെ മരയ്ക്കാന്മാരും തങ്ങളുടെ കച്ചവടം മലബാർതീരത്തേക്ക് മാറ്റി.[15] കൊച്ചിയും പൊന്നാനിയും കോഴിക്കോടും അതോടെ പ്രസിദ്ധ മായി. സാമൂതിരി ഉൾനാടൻ കച്ചവടം ശക്തിപ്പെടുത്തുക എന്ന ഉദ്ദേശ്യ ത്തോടെ തിരുനാവായയോട് അനുബന്ധിച്ച പ്രദേശങ്ങൾ വള്ളുവനാ ട്ടിൽനിന്ന് പിടിച്ചെടുക്കാനും തുടങ്ങി. സാമൂതിരിയുടെ വ്യാപാര മേധാ വിയായ ഷാബന്ദർ കോയയാണ് ഈ പ്രദേശങ്ങളുടെ വാണിജ്യ പ്രാധാന്യം സാമൂതിരിക്ക് പറഞ്ഞു കൊടുത്തതും ഈ പ്രദേശങ്ങൾ പിടി ച്ചെടുക്കാൻ രാജാവിനെ സഹായിച്ചതും.[16] മുസ്ലീങ്ങളും സാമൂതിരിയും തമ്മിലുള്ള ബന്ധം ഇതോടെ കൂടുതൽ സുദൃഢമാവുകയായിരുന്നു. മര യ്ക്കാന്മാർ പൊന്നാനിയിലേക്ക് മാറിയതോടെ പൊന്നാനിയും കൊച്ചിയും അവരുടെ ആവാസകേന്ദ്രങ്ങളായി. ഈ പ്രദേശങ്ങളിൽ ഇസ്ലാമിക പ്രചാ രണം ശക്തിപ്പെടുത്താൻ മരയ്ക്കാന്മാരാണ് മുന്നോട്ടുവന്നത്. ആദ്യം അറ ബികളിലൂടെയാണ് ഇസ്ലാം തീരപ്രദേശത്ത് വന്നതെങ്കിലും ഇപ്പോൾ മരയ്ക്കാന്മാരാണ് ഇസ്ലാംപ്രചാരണത്തിൽ മുന്നിട്ടു നിന്നത്. ഇവർ പേരി നോടൊപ്പം പേർഷ്യൻ നാമമായ ഖലന്ദർ എന്നുകൂടി ചേർക്കുമായിരു ന്നു. സൂഫികളും അവരുടെ ശിഷ്യന്മാരും പലപ്പോഴും ഖലന്ദർ എന്നറി യപ്പെടാറുണ്ട്.[17] മരയ്ക്കാന്മാർ പൊതുവെ ഏതെങ്കിലും സൂഫി മാർഗ ത്തിൽ അംഗത്വം നേടിയിരുന്നു. പേർഷ്യൻ സൂഫികളുടെ രീതിയിൽ പച്ചനിറത്തിലുള്ള തലേക്കെട്ടാണ് കുഞ്ഞാലിമാർ ധരിച്ചിരുന്നത്.[18] ഇസ്ലാമിന്റെ തദ്ദേശീയമായ നവോത്ഥാനത്തിന് മരയ്ക്കാന്മാർ വഴിയൊ രുക്കി. കേരളീയ ഇസ്ലാമിന്റെ രൂപകൽപ്പന നടക്കുന്നത് ഇക്കാലത്താ ണ്. സാംസ്കാരിക സമന്വയത്തിനുള്ള പാത തുറക്കുന്നതും ഇക്കാല ത്തുതന്നെ.

ഈ കാലയളവിലൊന്നും കേരളത്തിന്റെ ഉൾമേഖലയിലേക്ക് മുസ്ലീം സംസ്കാരം വ്യാപിച്ചിരുന്നില്ല. അതേസമയം അറബി പേർഷ്യൻ വ്യാപാ രികൾ മുക്കുവ സ്ത്രീകളെ വിവാഹം ചെയ്യുകയോ അടിമകളാക്കുകയോ ചെയ്തുവന്നു. ഈ ബന്ധങ്ങളിൽ ജനിച്ച കുട്ടികൾ കലാസികൾ (മിശ്ര ജനം) എന്നറിയപ്പെട്ടു. ഇവരിൽ കറുത്തവരും വെളുത്തവരും ഉള്ളതി

നാലാവണം മിശ്രിതം എന്നർഥം വരുന്ന കലാസി എന്ന പേരു വന്നത്. ഇവർ അധികവും കപ്പൽജോലിയിൽ വ്യാപൃതരായിരുന്നു. കല്ലായി, ബേപ്പൂർ തുറമുഖങ്ങളിൽ അറബി സ്വാധീനം പ്രത്യക്ഷമായിരുന്നു. ഈ തുറമുഖങ്ങളൊക്കെ അറബി വ്യാപാരികളിലൂടെ വളർന്നുവന്നവയാണ്. കല്ലായി എന്ന പേരുതന്നെ ഖൽആഅ് (തുറമുഖം) എന്ന അറബി പദ ത്തിൽനിന്ന് നിഷ്പന്നമായതാണെന്ന് പറയാറുണ്ട്. പിതാവ് വഴി അറബി സംസ്കാരവും മാതാവ് വഴി കേരളീയ സംസ്കാരവും ഉൾക്കൊണ്ട കലാ സികളിലൂടെയാണ് തീരപ്രദേശങ്ങളിൽ കേരളീയ മുസ്ലീം സംസ്കാരം രൂപപ്പെട്ടുവരുന്നത്. വിശ്വാസങ്ങളിലും അനുഷ്ഠാനങ്ങളിലും കലാസി കൾ പുതിയ മതം സ്വീകരിച്ചെങ്കിലും വർഗപരമായ അവരുടെ കാഴ്ച പ്പാടുകൾ (class culture) പഴയപടിതന്നെ നിലനിന്നു. കൂടാതെ അറബി സംസ്കാരവും അവരെ സ്വാധീനിച്ചു തുടങ്ങി.

മഖ്ദൂമിന്റെ കാലം

മരയ്ക്കാന്മാർ പൊന്നാനിയിലും മലബാറിന്റെ ഇതര തീരങ്ങളിലും കുടിയേറിയതോടെ തമിഴ്നാട്ടിലെ ഇസ്ലാം സംസ്കാരം മലബാറിൽ സ്വാധീനം തേടി. മരയ്ക്കാന്മാർ ഇടപെട്ടാണ് സൂഫികളും പണ്ഡിതന്മാരു മായ മഖ്ദും വംശജരെ തമിഴ് ദേശത്തെ കായൽ പട്ടണത്തുനിന്ന് കൊച്ചി യിലും പൊന്നാനിയിലും എത്തിച്ചത്. മഖ്ദൂമുമാരിൽ പ്രധാനിയായ ശൈഖ് സൈനുദ്ദീൻ മഖ്ദും (1467–1522) പൊന്നാനിയിൽ ഒരു വിശ്വ വിദ്യാലയത്തിന് ആരംഭം കുറിച്ചതോടെ കേരളീയ മുസ്ലീം സമുദായ ത്തിൽ രണ്ടാമത്തെ നവോത്ഥാനത്തിന് തുടക്കം കുറിക്കുകയായി. സമുദ്ര ത്തിലൂടെയുള്ള യൂറോപ്യൻ അധിനിവേശം ആരംഭിക്കുമ്പോഴാണ് മഖ്ദും കേരളത്തിലെത്തുന്നത്. അറബികൾക്കും സാമൂതിരിക്കുമെതിരെ പറങ്കി കൾ ആക്രമണമഴിച്ചു വിട്ടപ്പോൾ അത് അറബി സാമൂതിരി ബന്ധത്തിന് ഒന്നുകൂടി ശക്തിനൽകി. അറബികളും കോയമാരും എന്നും രാഷ്ട്രീയ മായി സാമൂതിരിയെ സഹായിച്ചുപോന്നെങ്കിലും ഭരണം കൈയാളുന്ന തിലോ രാഷ്ട്രീയാധിപത്യം പുലർത്തുന്നതിലോ അവർക്ക് താൽപ്പര്യ മുണ്ടായിരുന്നില്ല. സമുദ്രത്തിലൂടെയുള്ള ഒരാക്രമണം മുൻകാലത്തൊ ന്നും സാമൂതിരിക്ക് ചിന്തിക്കേണ്ടി വന്നിട്ടില്ല. അതുകൊണ്ടുതന്നെ ഒരു നാവികസേനയുടെ ആവശ്യവും നേരിട്ടിട്ടില്ല. ഇപ്പോൾ സമുദ്രംവഴി വന്ന പറങ്കി അധിനിവേശം മലബാറിലെ സാമൂഹിക ക്രമത്തിൽ വമ്പിച്ച മാറ്റ ങ്ങളുണ്ടാക്കി. അതിൽ ചെറുതല്ലാത്ത പങ്ക് വഹിക്കാൻ മുസ്ലീങ്ങൾക്ക് സാധിക്കുകയും ചെയ്തു. ഇടപെടലുണ്ടാവുമ്പോഴാണല്ലോ പരിവർത്തന ങ്ങളുണ്ടാവുക. ആ നിലയ്ക്ക് കേരള രാഷ്ട്രീയത്തിൽ മുസ്ലീങ്ങളുടെ പ്രത്യക്ഷമായ ഇടപെടലുകളുണ്ടാവുന്നത് ഇക്കാലത്താണ്. അതുവരെ വ്യാപാരരംഗത്ത് കാര്യമായി ശ്രദ്ധിച്ചിരുന്ന അറബികളും മുസ്ലീം സമൂ ഹവും ഇതോടെ കൂടുതൽ ശ്രദ്ധിക്കപ്പെട്ടു. മുസ്ലീം സമൂഹത്തിന്റെ സാമൂ

ഹിക പുനരുദ്ധാരണത്തിന് ഈ സാഹചര്യം വഴിയൊരുക്കുകയും ചെയ്തു.

പറങ്കി അധിനിവേശകാലത്ത് ശൈഖ് സൈനുദ്ദീൻ സാമൂതിരിയുടെ വലംകയ്യായി പ്രവർത്തിച്ചു. സാമൂതിരിക്കുവേണ്ടി അറബ് രാജാക്ക ന്മാർക്ക് കത്തെഴുതിയതും പറങ്കികൾക്കെതിരെ യുദ്ധംചെയ്യാൻവേണ്ടി സൈന്യത്തെ അയക്കാൻ ഈജിപ്തിലും തുർക്കിയിലുമുള്ള മുസ്ലീം സൈന്യത്തെ ക്ഷണിച്ചതും സൈനുദ്ദീനായിരുന്നു.[19] സാമൂതിരി ഇക്കാ ലത്ത് തന്റെ തലസ്ഥാനം പൊന്നാനിയിലേക്ക് മാറ്റിയിരുന്നു എന്നു മാത്ര മല്ല; കൂടുതൽ സമയവും രാജാവ് ചെലവഴിച്ചതും പൊന്നാനിയിലായി രുന്നു.[20] ഇവിടെ വച്ചാണ് സാമൂതിരിക്ക് ഒരു നാവികപ്പടയുടെ ആവ ശ്യം ബോധ്യപ്പെടുന്നതും അക്കാര്യം മഖ്ദും ഏറ്റെടുക്കുന്നതും. മഖ്ദും വഴിക്കാണ് കുഞ്ഞാലിമാർ നാവിക മേധാവികളായി വരുന്നത്. ബീജാ പൂരിലെ ആദിൽ ഷാഹി കൊട്ടാരത്തിലെ ആസ്ഥാനപണ്ഡിതൻ കൂടി യായിരുന്നു മഖ്ദും.[21] അതോടൊപ്പം അടിസ്ഥാനപരമായി അറബി വംശ ജനായ മഖ്ദുമിന് അറബിരാജ്യങ്ങളുമായി ബന്ധപ്പെടാനും പ്രയാസമു ണ്ടായില്ല. ഇതുവഴി സാമൂതിരിയുടെയും അറബികളുടെയും കച്ചവട താൽപ്പര്യങ്ങളെ സഹായിക്കുക മാത്രമല്ല; അധിനിവേശത്തിനെതിരെ കൂട്ടായ്മ സൃഷ്ടിക്കാനും കഴിഞ്ഞു.

ഇക്കാലം മുസ്ലീം സാഹിത്യരംഗത്തും ശ്രദ്ധേയമായ മാറ്റങ്ങളുണ്ടാ യി. ഇസ്ലാമിക വിഷയങ്ങളിൽ മാത്രം ഗ്രന്ഥരചന നടന്നിരുന്ന ഇക്കാലത്ത് സമകാലിക രാഷ്ട്രീയരംഗത്തേക്കുകൂടി മുസ്ലീം സാഹിത്യം വികസിച്ചു. ഇതിൽ എടുത്തു പറയേണ്ടത് ശൈഖ് സൈനുദ്ദീൻ മഖ്ദുമിന്റെ *തഹ്‌രീള്‍*, ശൈഖ് മഖ്ദും സഗീറിന്റെ *തുഹ്ഫതുൽ മുജാഹിദീൻ*, ഖാസി മുഹമ്മ ദിന്റെ *ഫത്ഹുൽ മുബീൻ* എന്നീ കൃതികളാണ്. ഈ മൂന്നു കൃതികളും മുഖ്യമായും അധിനിവേശ പോരാട്ടങ്ങളിലേക്ക് മുസ്ലീങ്ങളുടെ ശ്രദ്ധ ക്ഷണിക്കാൻവേണ്ടി എഴുതിയതാണ്. അതോടൊപ്പംതന്നെ കേരള മുസ്ലീങ്ങളുടെ മത സാമൂഹികജീവിതം രൂപപ്പെടുത്തുന്നതിന് ശൈഖ് സൈനുദ്ദീൻ രചിച്ച *അദ്കിയാ, മൻഖൂസ് മൗലിദ്*, ശൈഖ് മഖ്ദും സഗീറി ന്റെ *ഫത്ഹുൽ മുഈൻ, ഇർശാദുൽ ഇബാദ്* എന്നീ കൃതികളും മതാ ധ്യാപനരംഗത്ത് വലിയ സ്വാധീനം ചെലുത്തി. പൊതുസമൂഹത്തിൽ ജീവിക്കുമ്പോൾത്തന്നെ മുസ്ലീങ്ങൾക്ക് അവരുടെ മതപരമായ ജീവിത ക്രമം കെട്ടിപ്പടുക്കുന്നതിനും ആരാധനകൾ നിർവഹിക്കുന്നതിനുമുള്ള മാർഗരേഖയാണ് *ഫത്ഹുൽ മുഈൻ*.

മഖ്ദുമിന്റെ നവോത്ഥാന സംരംഭങ്ങൾ മുഖ്യമായും വിദ്യാഭ്യാസ മേഖലയിലായിരുന്നു. ശൈഖ് സൈനുദ്ദീൻ ഈജിപ്തിലെ അൽ അസ് ഹർ സർവകലാശാലയിൽനിന്നാണ് ഉന്നതവിദ്യാഭ്യാസം നേടിയത്. ആ മാതൃകയിലാണ് തന്റെ ഉന്നത മതപഠന കലാലയം പൊന്നാനിയിൽ അദ്ദേഹം സ്ഥാപിച്ചത്. ഇവിടേക്ക് മുസ്ലീം ലോകത്തിന്റെ നാനാഭാഗത്തു

നിന്നും വിദ്യാർഥികൾ ഉന്നതപഠനത്തിനായി വന്നുകൊണ്ടിരുന്നു. അതോടെ ഇസ്ലാമിലെ ഷാഫി കർമകാണ്ഡമനുസരിച്ചുള്ള ഉന്നതപഠന ത്തിന്റെ വേദിയായി വലിയ പള്ളിയിലെ വിദ്യാലയം മാറിക്കഴിഞ്ഞു. തെക്കുകിഴക്കനേഷ്യ, ദക്ഷിണേഷ്യ, ഈജിപ്ത്, സിറിയ എന്നിവിടങ്ങ ളിൽനിന്നുള്ള വിദ്യാർഥികൾ ഇവിടെ ഉന്നതപഠനത്തിനെത്തിയിരുന്നു. അതോടൊപ്പം മക്കയിലെയും ഈജിപ്തിലെയും ഉന്നതപണ്ഡിതരും ഇവിടം സന്ദർശിച്ചു. ബാഗ്ദാദിലെ നിസാമിയ്യ സർവകലാശാലയിലേത് പോലുള്ള പാഠ്യപദ്ധതിയാണ് മഖ്ദൂം തന്റെ വിദ്യാലയത്തിൽ ആവിഷ്ക രിച്ചത്. ഇവിടെനിന്ന് പഠനം പൂർത്തിയാക്കിയ വിദ്യാർഥികൾ 'മുസ്ലിയാർ' എന്നറിയപ്പെട്ടു.[22] മുസ്ലിയാർ ബിരുദമെടുത്തവരാണ് പിന്നീട് മലബാറി നകത്തും പുറത്തും പള്ളികൾ കേന്ദ്രമായി മഖ്ദൂമിന്റെ നവോത്ഥാന സംരംഭങ്ങൾ വ്യാപിപ്പിച്ചത്. ഇക്കാലത്തുതന്നെ പ്രാഥമിക വിദ്യാഭ്യാസ ത്തിനായി ഓത്തുപള്ളികളും ഉന്നതവിദ്യാഭ്യാസത്തിനായി പള്ളികൾ ആസ്ഥാനമാക്കി വിദ്യാകേന്ദ്രങ്ങളും (ദർസ്) സ്ഥാപിച്ചു. പഠനത്തിനാവ ശ്യമായ പാഠ്യക്രമവും പാഠപുസ്തകങ്ങളും മഖ്ദൂമിന്റെ നേതൃത്വത്തിൽ തന്നെ രചിക്കപ്പെട്ടു. ഇവയിൽ പ്രധാനപ്പെട്ട പാഠപുസ്തകങ്ങളാണ് *മുത ഫർരിദ്, പത്ത് കിതാബ്, മുർശിദുത്തുല്ലാബ്, അദ്കിയാ, ഇർശാദുൽ ഇബാദ്, ഫത്ഹുൽ മുഈൻ* തുടങ്ങിയവ. മതപഠനത്തിന് ഇന്നും ഈ കൃതികളെയാണ് ആശ്രയിക്കുന്നത്. മഖ്ദൂം തുടങ്ങിയ ജാഗരണ പ്രവർ ത്തനങ്ങൾ കേരളീയ ഇസ്ലാമിന് ആത്മീയവും സാംസ്കാരികവുമായ രൂപഭാവങ്ങൾ നൽകി.

കേരളീയ മുസ്ലീങ്ങളുടെ സംസ്കാരം കെട്ടിപ്പടുക്കുന്നതിൽ ഇക്കാല ത്ത് ഉയർന്നുവന്ന സൂഫി പ്രസ്ഥാനങ്ങളും കാരണമായി. ബാഗ്ദാദിൽ മരണപ്പെട്ട (മരണം 1166) ശൈഖ് അബ്ദുൽ ഖാദിർ ജീലാനിയുടെ ഖാദിരി സൂഫി മാർഗം മലബാറിലേക്ക് വ്യാപിപ്പിക്കുന്നതിൽ മഖ്ദൂമിന്റെ വിശ്വ വിദ്യാലയം കാര്യമായ പങ്ക് വഹിച്ചു. സൂഫി മാർഗത്തിലൂടെയാണ് പ്രബോധകർ മതത്തിന്റെ ചൈതന്യം നിലനിർത്തിയത്. പുതുവിശ്വാസി കൾക്ക് അറബിഭാഷയിൽ പ്രബോധനം സാധ്യമല്ലാത്തതിനാൽ അറബി ത്തമിഴിന്റെ രൂപത്തിൽ അറബിമലയാളം ആവിഷ്കരിക്കാനുള്ള ശ്രമവും പൊന്നാനിയിൽനിന്നുതന്നെ ഉണ്ടായി. അതിനുവേണ്ടി അറബിത്തമിഴ് മാതൃകയിൽത്തന്നെ ലിപിയും ആവിഷ്കരിച്ചു. കേരളീയ സമൂഹവുമായി കൂടുതൽ ഇടപെടുന്നതിനും പുതുവിശ്വാസികളിൽ മതപ്രബോധനം ത്വരിതപ്പെടുത്തുന്നതിനും അറബിമലയാളം സഹായകമായി. അതോ ടൊപ്പം നാവിക സൈന്യത്തിൽ അധികവും അധഃസ്ഥിതരായ പുതു വിശ്വാസികളായിരുന്നതിനാൽ അവരുമായി വിനിമയം നടത്താനും അറബിമലയാളമാണ് ഉപയോഗിച്ചത്. അറബിത്തമിഴിൽ പ്രവീണരായ മരയ്ക്കാന്മാർക്ക് അറബിമലയാളം ഉപയോഗിക്കാൻ പ്രയാസവുമുണ്ടാ യില്ല. അങ്ങനെയാണ് അറബിമലയാളം രൂപപ്പെട്ടുവരുന്നത്. കൊടും തമി

ഴിനോട് അറബിമലയാളത്തിന് കൂടുതൽ അടുപ്പം കാണാം. നാടോടി മലയാളത്തിനും കൊടുംതമിഴിനോടാണ് അടുപ്പം. മലയാള ഭാഷ അന്ന് രൂപപ്പെട്ടിരുന്നുമില്ല. പുതു വിശ്വാസികളധികവും അധഃസ്ഥിതരായതു കൊണ്ട് അവരുടെ സംസാരഭാഷയും നാടോടി മലയാളമായിരുന്നല്ലോ. നാടോടി പദങ്ങൾ ഇല്ലാത്തിടത്ത് തമിഴ് പദങ്ങൾ കൂട്ടിച്ചേർത്തുകൊണ്ടാ ണ് അറബി മലയാളം വിപുലപ്പെടുത്തിയത്. കേരളീയ ഇസ്ലാമിന്റെ സാഹിത്യശാഖയായി അറബിമലയാളം വികസിച്ചു വരികയും ഗദ്യ പദ്യ വിഭാഗങ്ങളിലായി നിരവധി അറബിമലയാള സാഹിത്യ കൃതികൾ രചി ക്കപ്പെടുകയും ചെയ്തു. പൊന്നാനിയിലെ മഖ്ദൂമുമാർ തന്നെയാണ് അറബിമലയാളത്തിന്റെ ജനയിതാക്കൾ. മാപ്പിളഭാഷ എന്നും ഇതറിയ പ്പെട്ടു.

അധിനിവേശ വിരുദ്ധ സമരങ്ങൾ മുസ്ലീം സമൂഹത്തിന്റെ പുനർ നിർമാണത്തിൽ വലിയ സ്വാധീനം ചെലുത്തിയെന്ന് പറഞ്ഞല്ലോ. പറങ്കി കളെ ചെറുക്കുന്നതിന് ശക്തമായ ഒരു നാവികസേന അനിവാര്യമായി. നാവികാധിപത്യം നായന്മാർ ഏറ്റെടുക്കാതിരുന്നത് കടൽവെള്ളം തൊട്ടാ ലുണ്ടാവുന്ന ജാതിപ്രശ്നങ്ങൾകൊണ്ടു കൂടിയായിരുന്നു. അതാണ് അക്കാര്യം മുസ്ലീങ്ങളേറ്റെടുത്തത്. നാവികവികസനത്തിന് മുസ്ലീം പട യാളികളുടെ ശക്തി പോരാതെ വന്നപ്പോൾ മുക്കുവ കുടുംബങ്ങളിലുള്ള വരോട് മതം മാറാനും നാവികപ്പടയാളികളാവാനും സാമൂതിരി അഭ്യർഥി ച്ചു.[23] മുഹമ്മദീയരുടെ എണ്ണം വർധിപ്പിച്ച് സാമൂതിരിയെ വെല്ലാൻ വെള്ളാ ട്ടിരി രാജാവ് ചെറുമൻ വിഭാഗത്തിലുള്ളവരോടും മുസ്ലീമാവാൻ നിർദേ ശിച്ചു.[24] തീരപ്രദേശങ്ങളിൽ വ്യാപകമായ മതംമാറ്റം നടക്കാനും നാവി കശക്തി കൂടുതൽ ശക്തിപ്പെടാനും ഇത് സഹായകമായി. കേവലം വ്യാപാരരംഗത്ത് ഒതുങ്ങിയ മാപ്പിള സമൂഹത്തിന്റെ സൈനികമുഖം കൂടുതലായി പ്രത്യക്ഷപ്പെട്ടു തുടങ്ങി. അധിനിവേശകാലത്താണ് കേരളീ യർ വ്യാപകമായി ഇസ്ലാമിലേക്ക് വരുന്നതും കേരളീയ ഇസ്ലാമിക സംസ് കാരം വിശാലമാവുന്നതും.

രാജാക്കന്മാരുടെ പ്രോത്സാഹനവും മഖ്ദൂമിന്റെ നവോത്ഥാന സംരംഭങ്ങളും കൂടിയായപ്പോൾ മലയാളികളിൽനിന്നുള്ള മതപരിവർ ത്തനം വ്യാപകമാവുകയും മുസ്ലീങ്ങളുടെ എണ്ണം വർധിക്കുകയും ചെയ് തു. അറബിക്കുടിയേറ്റക്കാരെ അപേക്ഷിച്ച് തദ്ദേശീയരായ മുസ്ലീങ്ങൾ പെരുകിയത് കേരളീയ ആചാരങ്ങളും സംസ്കാരവും മുസ്ലീം സംസ്കാര വുമായി ഇഴുകിച്ചേരാനിടയാക്കി. അതോടൊപ്പം മാപ്പിളമാരുടെ സാംസ്കാ രിക വർഗീകരണം (cultural class formation) ശക്തിപ്പെടുകയും ചെയ്തു. മുക്കുവർക്ക് പുറമെ ഇതര അധഃസ്ഥിതവർഗങ്ങൾ പ്രത്യേകിച്ചും ചെറു മർ ഇസ്ലാമിലേക്ക് പരിവർത്തനം ചെയ്യപ്പെട്ടതോടെ ഉൾനാടുകളിൽ ഇസ്ലാം ശക്തിപ്പെട്ടുവെന്ന് മാത്രമല്ല; തീരപ്രദേശത്തെ മാപ്പിളമാരുടെ വ്യാപാര നാഗരിക സംസ്കാരത്തിൽനിന്ന് ഭിന്നമായി ഏറനാട്ടിലും

വള്ളുവനാട്ടിലും മാപ്പിള കർഷക സംസ്കാരം രൂപപ്പെട്ടുവന്നു. ബ്രിട്ടീഷ് അധിനിവേശകാലത്ത് മാപ്പിള കർഷകരാണ് കൂടുതൽ ശ്രദ്ധിക്കപ്പെട്ടത്. ജന്മിമാരുടെ പിന്തുണ ലഭിക്കാൻ കുടിയാന്മാരായ കർഷകരെ ബലിയാ ടാക്കുകയായിരുന്നു ബ്രിട്ടീഷ് ഭരണകൂടം. ഇസ്ലാംമതത്തിന്റെ ആവേശ മുൾക്കൊണ്ട മാപ്പിള കുടിയാന്മാർ ജന്മിമാർക്കും ബ്രിട്ടീഷുകാർക്കുമെ തിരെ സമരം പ്രഖ്യാപിക്കുകയായിരുന്നു. അതേസമയം ബ്രിട്ടീഷ് വ്യാപാര സംരക്ഷണത്തിന് തീരദേശത്തെ മാപ്പിളമാരുടെ സഹായം ബ്രിട്ടീഷുകാർക്കാവശ്യമായിരുന്നു. അതുകൊണ്ട് അവരുടെ ക്ഷേമകാര്യ ങ്ങളിലും പരസ്പരബന്ധം നിലനിർത്തുന്നതിലും ബ്രിട്ടീഷ് ഭരണകൂടം ശ്രദ്ധിക്കുകയും തീരദേശ മുസ്ലീങ്ങളുമായി രമ്യതയിൽ വർത്തിക്കുകയും ചെയ്തു. ഏറനാട്ടിലും വള്ളുവനാട്ടിലും മാപ്പിളമാർ ബ്രിട്ടീഷുകാർക്കെ തിരെ പോരാട്ടം നടത്തുമ്പോൾ തീരപ്രദേശങ്ങളിൽ പ്രത്യേകിച്ചും കോഴി ക്കോട്ട് മുസ്ലീങ്ങൾ ബ്രിട്ടീഷുകാരോട് സഹകരിച്ചുപോന്നു.[25] ദേശീയ പ്രസ്ഥാനം വരുന്നതുവരെ ഈ ഭിന്നനിലപാടുകൾ തുടർന്നുവന്നു.

ശൈഖ് ജിഫ്രിയും പിൻഗാമികളും

കേരള മുസ്ലീം നവോത്ഥാനത്തിന്റെ മൂന്നാംഘട്ടം ആരംഭിക്കുന്നത് യമനിലെ ഹളർ മൗതിൽനിന്നുള്ള ബാഅലവി സൂഫികളുടെ വരവോടെ യാണ്. ഇറാഖിൽനിന്നും ഹളർ മൗതിലേക്ക് കുടിയേറിയ നബി കുടുംബ ക്കാർ അവിടെ സൂഫി പ്രസ്ഥാനം സജീവമാക്കിയിരുന്നു. പതിമൂന്നാം നൂറ്റാണ്ടുമുതൽ ആഫ്രോ ഏഷ്യൻ തീരങ്ങളിലേക്കുള്ള അവരുടെ കുടി യേറ്റം തുടങ്ങിയിട്ടുണ്ട്.[26] അവരിൽപ്പെട്ട അമ്പതോളം കുടുംബങ്ങൾ കേരളത്തിലെത്തിയെന്നാണ് കേരളത്തിലെ സയ്യിദ് കുടുംബങ്ങളുടെ പഠനം തെളിയിക്കുന്നത്. ഇവരിൽ ആദ്യത്തെ ബാ അലവി വംശജരാണ് കോഴിക്കോട്ട് എത്തിയ ശൈഖ് ജിഫ്രി, മലപ്പുറത്തെ തിരൂരങ്ങാടിയിൽ താമസമാക്കിയ സയ്യിദ് അലവി മൗലദ്‌വീല (മമ്പുറംതങ്ങൾ), അദ്ദേഹ ത്തിന്റെ പുത്രൻ സയ്യിദ് ഫസൽ ജിഫ്രി എന്നിവർ. മുസ്ലീം സമുദായ ത്തിലെ മാർഗഭ്രംശങ്ങളെ സംസ്കരിക്കുന്നതിന് ശൈഖ് ജിഫ്രി *കൻസുൽ ബറാഹീൻ* എന്നൊരു കൃതി രചിച്ചു. അന്ന് കൊണ്ടോട്ടിയിൽ രംഗത്തുവന്ന 'വ്യാജ സൂഫി' (pseudo sufism) ചിന്തകളെ പ്രതിരോധി ക്കുകയായിരുന്നു ജിഫ്രിയുടെയും പിൻഗാമികളുടെയും ലക്ഷ്യം. ഇതി നുവേണ്ടി അന്നത്തെ മുസ്ലീം പണ്ഡിതന്മാരുടെ വക നിരവധി ഫത്‌വ (religious edict)കളും പുറത്തുവന്നു. കൊണ്ടോട്ടി-പൊന്നാനി കൈതർക്കമെന്ന പേരിൽ ഇത് മലബാറിലെങ്ങും അറിയപ്പെട്ടു.[27] മലബാറിൽ ഇത് സാമൂഹികമായ ചലനങ്ങളുണ്ടാക്കി. പരസ്പരം മതപരിത്യാഗം ചുമത്തലും മതത്തിൽനിന്ന് പുറത്താക്കലുംമൂലം സമു ദായം അസ്വസ്ഥമായി. പൊന്നാനി മഖ്ദൂമിന്റെ പിൻഗാമികളും ജിഫ്രിക്കൊപ്പം വന്നതോടെ കൊണ്ടോട്ടി വിഭാഗം നിഷ്പ്രഭമായി.

കൊണ്ടോട്ടി വിഭാഗം ബ്രിട്ടീഷിനനുകൂലമായി നിലകൊണ്ടതും മാപ്പിള സമ്പന്ന വിഭാഗത്തിലും ഉദ്യോഗസ്ഥരിലുംപെട്ട ബ്രിട്ടീഷ് ഭക്തന്മാർ കൊണ്ടോട്ടിതങ്ങളോടൊപ്പം നിലയുറപ്പിച്ചതും മാപ്പിളമാരെ കൂടുതൽ ചൊടിപ്പിച്ചു.

പതിനേഴാം നൂറ്റാണ്ടിനുശേഷം നേർച്ച ഉത്സവങ്ങൾ മാപ്പിള രംഗത്ത് പ്രത്യക്ഷപ്പെട്ടു തുടങ്ങിയത് കേരളീയ ഇസ്ലാമിന് കൂടുതൽ പ്രാദേശികത പകർന്നു. കൊണ്ടോട്ടിയിലെ മുഹമ്മദ് ഷാ തങ്ങളാണ് (മ. 1777) ഈ ഉത്സവ സമ്പ്രദായം കൊണ്ടുവരുന്നത്. സൂഫി ഗുരുവായ ശൈഖ് മുഹ് യദ്ദീന്റെ പേരിലാണ് മുഹമ്മദ് ഷാ നേർച്ച തുടങ്ങിയത്. ഷായുടെ മരണ ശേഷം പിൻഗാമികൾ ഈ പരിപാടി തുടർന്നു. പേർഷ്യൻ ആചാരങ്ങളെ കേരളീയ ആചാരങ്ങളുമായി സമന്വയിച്ചതാണ് നേർച്ച ഉത്സവങ്ങൾ അഥവാ ഉർസുകൾ. മലപ്പുറത്ത് പള്ളി അഗ്നിക്കിരയാക്കാൻ പുറപ്പെട്ട നാട്ടുരാജാവിനെതിരെ 1738 ൽ മുസ്ലീങ്ങൾ നടത്തിയ പോരാട്ടത്തിന്റെ ഓർമയ്ക്കായി നടത്തിവന്ന നേർച്ചയും സമാന സ്വഭാവമുള്ളതായിരുന്നു. ഹൈന്ദവ ഉത്സവങ്ങളിലേതുപോലെ പ്രദേശത്തിന്റെ സാംസ്കാരിക സ്വഭാവങ്ങൾ നേർച്ചകളിൽ നിറഞ്ഞുനിന്നു. ആരാധനാ രീതികളിൽ മാത്രമായിരുന്നു മാറ്റം. നേർച്ചകളിൽ പ്രദേശത്തെ കാർഷികജീവിതം നന്നായി പ്രതിഫലിച്ചിരുന്നു. നേർച്ചയിലെ പെട്ടിവരവുകളിൽ ഗ്രാമീണ സൗന്ദര്യം നിറഞ്ഞുനിൽക്കുക മാത്രമല്ല; സാമുദായികതയ്ക്കപ്പുറം മൈത്രിയുടെ വിളനിലമായി നേർച്ചകൾ മാറുകയും ചെയ്തു. കൊണ്ടോ ട്ടി നേർച്ചയിൽ സ്വാമി മഠക്കാരുടെ വക വെള്ളിപ്പതാക നൽകുന്ന ചടങ്ങ് ഇപ്പോഴുമുണ്ട്.[28] നേർച്ചകളിൽ അധഃസ്ഥിത വിഭാഗങ്ങൾക്ക് പ്രത്യേകം പെട്ടി വരവുകളുണ്ടായിരുന്നു. കൊണ്ടോട്ടി മലപ്പുറം നേർച്ചകളിൽ കാണുന്ന തട്ടാന്റെ പെട്ടികൾക്ക് സ്ഥലത്തെ ഹരിജനങ്ങളാണ് നേതൃത്വം നൽകിയിരുന്നത്. കാർഷികോൽപ്പന്നങ്ങളും മധുരപലഹാരങ്ങളും നിറച്ച കുട്ടകൾ ഘോഷയാത്രയായി ഓരോ ഗ്രാമത്തിൽനിന്നും നേർച്ചയുടെ കേന്ദ്രബിന്ദുവായ പുണ്യവാളന്റെ ഖബറിടത്തിലേക്ക് ഉത്സവദിവസം എത്തിക്കുന്ന ചടങ്ങുകളാണ് പെട്ടിവരവുകൾ. പ്രദേശത്തിന്റെ കലാകാ യിക പ്രാവീണ്യം ഈ ഘോഷയാത്രകളിൽ നിറഞ്ഞുനിൽക്കുമായി രുന്നു.

ബാ അലവികളുടെ വ്യാപകമായ കുടിയേറ്റവും അവർ പ്രചരിപ്പിച്ചു വന്ന സൂഫി രീതികളും തദ്ദേശീയ സംസ്കാരങ്ങളെ കൂടുതലായി ആഗി രണം ചെയ്തുപോന്നു. ഉൾനാടൻ കർഷകരിൽ മതംമാറ്റം വ്യാപകമായി. കോഴിക്കോട് ജിഫ്രിയുടെ പിൻഗാമിയായ മമ്പുറം സയ്യിദ് അലവി തങ്ങളും പുത്രൻ സയ്യിദ് ഫസൽതങ്ങളും അവരുടെ കേന്ദ്രമായി തിരൂര ങ്ങാടിയിലെ മമ്പുറമാണ് തെരഞ്ഞെടുത്ത്.[29] ഇവരുടെ ബന്ധുവായ സയ്യിദ് ഹുസൈൻ ആറ്റക്കോയ തങ്ങൾ മലപ്പുറത്തെ പാണക്കാട് കേന്ദ്ര മാക്കി. കർഷകർ ജന്മിത്വത്തിന്റെയും അധിനിവേശത്തിന്റെയും ക്രൂരത

കൾക്കിരയായി കഴിയുകയായിരുന്ന ഇക്കാലത്ത് ഇവരുടെ പ്രശ്നങ്ങ ളേറ്റെടുത്തുകൊണ്ട് കോളനിവിരുദ്ധ സമരങ്ങൾക്ക് നേതൃത്വം നൽകാൻ മമ്പുറംതങ്ങളും പുത്രൻ ഫസൽതങ്ങളും മുന്നോട്ടുവന്നു. ബ്രിട്ടീഷനു കൂലികളായ ജന്മിമാർ ഹൈന്ദവ ധർമത്തെ തങ്ങളുടെ സാമ്രാജ്യത്വ മോഹങ്ങൾക്കനുസരിച്ച് വ്യാഖ്യാനിച്ചപ്പോൾ കുടിയാന്മാർ ഇസ്ലാംമത ത്തിലേക്ക് ആകർഷിക്കുകയും തങ്ങന്മാർ അവരുടെ ആശാകേന്ദ്രമായി മാറുകയും ചെയ്തു. കുടിയാന്മാരായ കർഷകർ കൂട്ടത്തോടെ ഇസ്ലാം സ്വീകരിക്കാനും അവർ മാപ്പിളസമരങ്ങളിൽ സജീവമാകാനും ഇത് കാരണമായി. 1881 ലെ സെൻസസ് റിപ്പോർട്ടു പ്രകാരം 'ഹീനമായ അവ സ്ഥമൂലം ചെറുമർ കൂട്ടത്തോടെ മതംമാറി. 1871 ൽ ഇവരുടെ എണ്ണം 99,009 ആയിരുന്നു. 1881 ൽ അത് 64,725 ആയി. 40,000 പേർ കുറഞ്ഞു വെന്നർഥം. ഇത് തീർച്ചയായും മുഹമ്മദനിസത്തിലേക്കുള്ള മാറ്റം മൂല മാണ്.[30]

കർഷകരുടെ സാംസ്കാരിക ജീവിതം മാപ്പിളജീവിതത്തിന്റെ ഭാഗ മാവുകയും കർഷക കലാരൂപങ്ങൾ മാപ്പിള കലാരൂപങ്ങളായി മാറിത്തുട ങ്ങുകയും ചെയ്തു. മാപ്പിളമാരുടെ കലാരൂപങ്ങളായ കോൽക്കളി, ഒപ്പന, വട്ടപ്പാട്ട് തുടങ്ങിയവ അടിസ്ഥാനപരമായി കർഷകരുമായി ബന്ധപ്പെട്ട വയാണ്. ഉന്നതജാതിക്കാരുടെ കലാരൂപങ്ങളായ ആട്ടങ്ങളും നൃത്ത ങ്ങളും മാപ്പിളമാരെ സ്വാധീനിച്ചില്ലെന്നതും ശ്രദ്ധേയമാണ്. കർഷക കല കളുടെ ആരാധനാവായ്പുകളിൽ ഹൈന്ദവ ദേവതകൾക്കുപകരം അല്ലാ ഹുവിനെയും പ്രവാചകന്മാരെയും പുണ്യവാളന്മാരെയും പ്രതിഷ്ഠിച്ചു കൊണ്ടാണ് കർഷകകലകളെ മാപ്പിളമാർ തങ്ങളുടെ സംസ്കാരത്തോടു ചേർത്തത്. നാടൻപാട്ടുകളുടെ ശീലുകളിൽ മാപ്പിളപ്പാട്ടുകൾ രൂപപ്പെടു ന്നതും വീരപുരുഷന്മാർ പ്രചാരപ്പെടുന്നതും അങ്ങനെയാണ്. അറബി മലയാള സാഹിത്യം സമ്പുഷ്ടമാവുന്നതും ഇതേകാലത്തുതന്നെ. മാല പ്പാട്ടുകളും സ്തുതി കീർത്തനങ്ങളും കർഷകരുടെ നാടൻപാട്ടുകൾക്കൊ പ്പിച്ചുള്ള കുറത്തിപ്പാട്ടും കുപ്പിപ്പാട്ട്, പക്ഷിപ്പാട്ട് തുടങ്ങിയവയും കർഷക മേഖലകളിൽ നന്നായി പ്രചാരപ്പെട്ടു. പ്രവാചകന് പുറമേ അലി, ഹംസ തുടങ്ങിയ പ്രവാചക സഖാക്കളും ശൈഖ് മുഹ്യദ്ദീൻ, ശൈഖ് രിഫാ ഈ, നഫീസാ ബീവി തുടങ്ങിയ പുണ്യവാളന്മാരും മാപ്പിളമാരുടെ ആദര പുരുഷന്മാരായി. ബദ്ർ ഉഹ്ദ് തുടങ്ങിയ പ്രവാചകന്റെ ധർമസമരങ്ങൾ പടപ്പാട്ടുകളായി രംഗത്തു വരികയും അവ കർഷകസമരങ്ങൾക്ക് ആവേശ മാവുകയും ചെയ്തു. അതിനുപുറമേ തങ്ങന്മാരോടുള്ള ആദരവും മരണ ശേഷം അവരുടെ ഖബറിടങ്ങളിൽ ചെന്നുള്ള പ്രാർഥനയും സാധാരണ ക്കാർക്ക് ആശ്വാസത്തിന് വകനൽകി. ആവലാതികളും വിഷമങ്ങളുമായി ജനം ജാതിഭേദം കൂടാതെ തങ്ങന്മാരുടെ സന്നിധിയിലെത്തി. പലയി ടത്തും കർഷകകലാപങ്ങൾ ഒതുക്കുന്നതിനും ഭരണാധികാരികൾ തങ്ങ ന്മാരെ തന്നെയാണ് ആശ്രയിച്ചത്. തങ്ങന്മാരുടെ ജപജലവും ജപനൂലും

പ്രാർഥനകളുമൊക്കെ സാധാരണ മുസ്ലീങ്ങൾക്ക് ആശ്വാസം നൽകിവ
ന്നു. മതപരമായ വിശ്വാസങ്ങളും ഇക്കാലത്ത് കൂടുതൽ ബലപ്പെട്ടു. പ്ലേഗ്,
കോളറ, വെള്ളപ്പൊക്കം, വരൾച്ച തുടങ്ങിയ ദുരന്തങ്ങളുണ്ടാവുമ്പോഴും
ജനം തങ്ങന്മാരുടെ പ്രാർഥനകളിൽ വിശ്വാസമർപ്പിച്ചു. തങ്ങന്മാരുടെ
മരണശേഷം അവരുടെ സിദ്ധികളെക്കുറിച്ചുള്ള മാലപ്പാട്ടുകളും സ്തുതി
കാവ്യങ്ങളും (മൗലിദ്) വരവായി. അധഃസ്ഥിത വിഭാഗങ്ങൾ പുണ്യവാ
ളന്മാരുടെയും അവരുടെ ഖബറിടങ്ങളുടെയും സന്നിധിയിൽ വന്ന്
കൂട്ടത്തോടെ മതം മാറുന്നതും കർഷക സമരങ്ങളിൽ സജീവമാവുന്നതും
സാധാരണമായിരുന്നു. മതം മാറിവരുന്നവർക്ക് ഇസ്ലാമിന്റെ പാഠങ്ങൾ
പകർന്നു കൊടുക്കാൻ സംവിധാനമൊരുക്കിയിരുന്നു. മതം മാറിയ കുടി
യാന്മാർ ജന്മിയുടെ മുമ്പിൽ പഞ്ചപുച്ഛമടക്കുകയോ അവരുടെ ഉച്ഛിഷ്ടം
ഭക്ഷിക്കുകയോ ചെയ്യരുതെന്നും ജന്മികൾക്കെതിരെ സമരം ചെയ്യേണ്ടത്
മുസ്ലീങ്ങളുടെ ബാധ്യതയാണെന്നുമുള്ള തങ്ങന്മാരുടെ ആഹ്വാനങ്ങൾ
കൊളോണിയൽകാലത്തെ കർഷകസമരങ്ങൾക്ക് ഏറെ പ്രചോദനമായി.

പത്തൊമ്പതാം നൂറ്റാണ്ടിന്റെ ആദ്യത്തിൽ സയ്യിദ് ഫസലിനോ
ടൊപ്പം തന്നെ രംഗത്തുണ്ടായിരുന്ന പരിഷ്കർത്താവാണ് ഉമർ ഖാസി.[31]
മഹാകവിയായിരുന്ന ഖാസിയുടെ കവിതകൾ അധികവും അറബിയി
ലായിരുന്നെങ്കിലും ജനങ്ങളിൽ ആത്മീയബോധം സൃഷ്ടിക്കുന്നതിലും
അധിനിവേശ വിരുദ്ധ സമരങ്ങളിൽ ആവേശമുണ്ടാക്കുന്നതിനും അവ
സഹായകമായി. പ്രവാചക സ്നേഹം വളർത്തി ജനങ്ങളെ സംസ്കരി
ക്കുക എന്ന ആശയമാണ് അദ്ദേഹം സ്വീകരിച്ചത്. പ്രവാചകന്റെ ശത്രു
വായി ബ്രിട്ടീഷുകാരെ മുദ്രകുത്തുകയും അവർക്കെതിരെയുള്ള സമര
ങ്ങൾ ദൈവീക ധർമമാണെന്ന് ഉദ്ബോധിപ്പിക്കുകയും ചെയ്തു. ബ്രിട്ടീ
ഷുകാരൻ ജയിലിൽക്കിടന്ന് മരിക്കുന്നത് സന്മാർഗ ദാഹികൾക്ക് പുണ്യ
മാണെന്നു പറഞ്ഞുകൊണ്ട് മമ്പുറംതങ്ങൾക്ക് അദ്ദേഹം എഴുതിയ
കാവ്യം ബ്രിട്ടീഷുകാർ പിടിച്ചെടുത്തു. സമൂഹത്തിലെ ഉച്ചനീചത്വങ്ങ
ളെയും വർഗമേധാവിത്വത്തെയും ശക്തിയായ ഭാഷയിൽ അദ്ദേഹം അപ
ലപിച്ചു. പൊന്നാനിക്കാരുടെ തറവാടു മഹിമയെ പരിഹസിച്ചുകൊണ്ട്
ഖാസി എഴുതിയ പരിഹാസകാവ്യം തറവാട്ടുകാരുടെ കണ്ണു തുറപ്പിച്ചു.

1921

തൊള്ളായിരത്തി ഇരുപത്തൊന്നിലെ മാപ്പിളസമരമാണ് കേരള
മുസ്ലീങ്ങളിൽ വീണ്ടും നവോത്ഥാനത്തിന്റെ ചൈതന്യമുണ്ടാക്കിയത്.
ഈ സമരം മാപ്പിള സമുദായത്തെ നാനാവിധേനയും തളർത്തി. പതി
നായിരത്തോളം പേർ വെള്ളപ്പട്ടാളത്തിന്റെ തേർവാഴ്ചക്കിരയായെന്നാണ്
അനൗദ്യോഗിക റിപ്പോർട്ട്. ബ്രിട്ടീഷുകാരുമായി ഇനിയൊരു സമരം
വേണ്ടന്നു വരെ ചില സമുദായനേതാക്കൾ ചിന്തിച്ചു. ചിലർ ബ്രിട്ടീഷു
കാരുമായി ഒത്തുതീർപ്പിന് മുന്നിട്ടു നിന്നു. മാപ്പിളമാരെ രംഗത്തിറക്കിയ

കോൺഗ്രസ് നേതൃത്വം തികഞ്ഞ നിസ്സംഗത പാലിച്ചത് മാപ്പിളമാരിൽ നിരാശയുളവാക്കി. അതേസമയം കോൺഗ്രസിലെ ഇടതുപക്ഷ സോഷ്യ ലിസ്റ്റുകൾ മാപ്പിളമാർക്കൊപ്പം നിന്നു. കോൺഗ്രസ് നിലപാടാണ് പിൽക്കാലത്ത് മുസ്ലീംലീഗ് ശക്തിപ്പെടാൻ കാരണം. ജന്മിമാരുടെ നേതൃ ത്വത്തിലുള്ള ചില ഹൈന്ദവ സംഘടനകൾ ബ്രിട്ടീഷുകാരോടൊപ്പം ചേർന്ന് മാപ്പിളമാരെ ദ്രോഹിച്ചുകൊണ്ടിരുന്നു. മറുവശത്ത് ബ്രിട്ടീഷു കാരുടെ സഹായത്തോടെ ക്രിസ്തീയ മിഷിനറികൾ മുസ്ലീങ്ങളെ മതംമാറ്റാനും ശ്രമം തുടങ്ങി.

ബ്രിട്ടീഷ് സർക്കാരിന്റെ കീഴിൽ എക്സൈസ് ഇൻസ്പെക്ടറായി രുന്ന സയ്യിദ് സനാഉല്ലാ മക്തി തങ്ങൾ (1847–1912) മാപ്പിളമാരെക്കൊണ്ട് ബ്രിട്ടീഷ് അനുകൂല നിലപാടെടുപ്പിക്കാൻ ശ്രമിച്ചു. ക്രിസ്തീയ മിഷിനറി കൾക്കെതിരെ നാക്കും തൂലികയുമേന്തിയ മക്തി തങ്ങൾ[32] മലയാള ത്തിന് പുറമേ അറബി, ഇംഗ്ലീഷ് ഭാഷകളിൽക്കൂടി പ്രവീണനായിരുന്നു. ബ്രിട്ടീഷ് ഭക്തനായ അദ്ദേഹത്തെ അധികാരികൾ ബ്രിട്ടീഷ്‌വിരുദ്ധ സമര ങ്ങൾ നടത്തുന്ന മാപ്പിളമാരെ പിന്തിരിപ്പിക്കാൻവേണ്ടി നിയോഗിച്ചിരുന്നു. 1882 ൽ സർക്കാരുദ്യോഗം രാജിവച്ച് മിഷിനറികൾക്കെതിരെ അദ്ദേഹം രംഗത്തു വന്നു. അദ്ദേഹത്തിന്റെ കൃതികളധികവും മലയാളഭാഷയി ലാണ് പ്രസിദ്ധപ്പെടുത്തിയത്. മലയാളഭാഷ പഠിക്കാൻ കൂട്ടാക്കാതിരുന്ന മാപ്പിളമാരെ ആ ഭാഷയുമായി അടുപ്പിക്കുന്നതിന് അദ്ദേഹം നിരന്തരം യത്നിച്ചു. അതോടൊപ്പം പരമ്പരാഗത വിദ്യാഭ്യാസ സമ്പ്രദായത്തെ നഖ ശിഖാന്തം എതിർക്കുകയും ചെയ്തു. *നാരീനരാഭിചാരി* എന്ന കൃതിയി ലൂടെ സ്ത്രീവിദ്യാഭ്യാസത്തെ പ്രോത്സാഹിപ്പിച്ചു. കടുത്ത ബ്രിട്ടീഷ് വിരോധംമൂലം ഇംഗ്ലീഷ് ഭാഷയും സംസ്കാരവും നിഷിദ്ധമായി (ഹറാം) ഗണിച്ചിരുന്ന അക്കാലത്ത് ഇംഗ്ലീഷ് വിദ്യാഭ്യാസ പ്രചാരണത്തിനുവേണ്ടി അദ്ദേഹം യത്നിച്ചു. അറബിമലയാള ലിപി പരിഷ്കരിക്കുന്നതിലും പങ്കു വഹിച്ചു. വിശുദ്ധ *ഖുർആൻ* മാതൃഭാഷയിലേക്ക് തർജമ ചെയ്യാനും അദ്ദേഹം ആഗ്രഹിച്ചിരുന്നു. മിഷിനറിമാർക്കെതിരെയുള്ള തന്റെ പ്രവർ ത്തനങ്ങൾ പുരോഗമനം കൊതിച്ച മുസ്ലീങ്ങളിൽ ഏറെ ആശ്വാസമുണ്ടാ ക്കി. ബ്രിട്ടീഷ് ഭക്തി പുലർത്തിയതുമൂലവും പാരമ്പര്യവിദ്യാഭ്യാസ രീതിയെ ശക്തിയായി വിമർശിച്ചതിനാലും മക്തി തങ്ങളുടെ പരിഷ്കര ണങ്ങൾ അന്നേരം വേരുപിടിക്കാതെ പോയി.

മക്തി തങ്ങളുടെ സമകാലികനായ ചാലിലകത്ത് കുഞ്ഞഹമ്മദാ ജിയും (1858–1920)[33] സംസ്കർത്താവായി രംഗത്തുണ്ടായിരുന്നു. വിദ്യാ ഭ്യാസ രംഗത്ത് പരിവർത്തനമുണ്ടാക്കാൻ അദ്ദേഹം ശ്രമങ്ങൾ നടത്തി. അതിനുവേണ്ടി അറബി മലയാള ലിപി പരിഷ്കരിച്ചു. പള്ളികളിലെ പര മ്പരാഗത വിദ്യാഭ്യാസ രീതിയായ ദർസുകൾ പരിഷ്കരിച്ചു. പാഠപുസ്ത കങ്ങൾ രചിച്ചു. തന്റെ പുത്തൻ വിദ്യാഭ്യാസ പദ്ധതിയുടെ പരിശീലന കളരിയായി മലപ്പുറത്തെ വാഴക്കാട്ട് അദ്ദേഹം ദാറുൽ ഉലൂം അറബി

കോളേജ് ആരംഭിച്ചു. അവിടത്തെ തന്റെ ശിഷ്യന്മാരാണ് പിന്നീട് കേരള
ത്തിലെ മതപരിഷ്കരണങ്ങൾക്ക് ചുക്കാൻ പിടിച്ചത്. ഇതേകാലത്തു
തന്നെ മധ്യകേരളത്തിലെ വൈക്കത്ത് ജനിച്ച ശൈഖ് മാഹിൻ ഹമദാനി
തങ്ങൾ (മ. 1922)[34] മുസ്ലീങ്ങൾക്ക് ആധുനിക രീതിയിലുള്ള വിദ്യാഭ്യാസം
നൽകാനുള്ള പദ്ധതികൾ ആവിഷ്കരിച്ചു. ശ്രീമൂലം തിരുനാളിന്റെ
അസംബ്ലി അംഗം കൂടിയായിരുന്ന ഹമദാനി സർക്കാർ സ്കൂളിലേക്ക്
മുസ്ലീങ്ങളെ ആകർഷിക്കാൻ അവിടെ അറബിഭാഷകൂടി പഠിപ്പിക്കുന്ന
തിനുള്ള പദ്ധതി സമർപ്പിച്ചു. അലിഗഡ് മാതൃകയിൽ ഒരു വിദ്യാഭ്യാസ
സ്ഥാപനം ആരംഭിക്കുന്നതിനു മദ്രാസ് സർക്കാറിന്റെ സഹായത്തോടെ
ആലുവയിൽ സ്ഥലം കണ്ടെത്തി. സമുദായത്തിൽനിന്ന് വലിയ സ്വീകാര
മൊന്നും ഹമദാനിക്ക് ലഭിച്ചില്ല.

അറേബ്യയിൽ പതിനെട്ടാം നൂറ്റാണ്ടിൽ മുഹമ്മദ് ഇബ്നു അബ്ദുൽ
വഹാബ് തുടങ്ങിയ തീവ്രമതനവീകരണം വക്കം അബ്ദുൽ ഖാദിർ
മൗലവി (1873–1932)യിലൂടെയാണ് കേരളത്തിലെത്തുന്നത്. കേരളത്തിലെ
പരമ്പരാഗത മുസ്ലീങ്ങളുടെ വിശ്വാസപ്രമാണങ്ങളെ വിമർശിച്ചെങ്കിലും
മൗലവി സൂഫി ഇസ്ലാമിന്റെ ഭാഗമായ ആത്മീയ ചികിത്സാമുറകൾ നിർവ
ഹിച്ചിരുന്നു. പാരമ്പര്യ പണ്ഡിതൻ ഇമാം ഗസാലിയുടെ *കീമിയ സആദ*
എന്ന ആത്മീയകൃതി അദ്ദേഹം അറബിമലയാളത്തിലാക്കി.[35] ശാസ്ത്രീയ
സംഗീതത്തിലും വാദ്യമേളങ്ങളിലും അദ്ദേഹം തൽപ്പരനായിരുന്നു.
ഈജിപ്തിലെ സലഫി പരിഷ്കർത്താവായ മുഹമ്മദ് അബ്ദുവിന്റെ
വീക്ഷണങ്ങൾ അദ്ദേഹം നിരന്തരം പ്രചരിപ്പിച്ചുവന്നു. കർമശാസ്ത്ര
ത്തിലെ പരിചിന്തനങ്ങൾക്ക് (ഇജ്തിഹാദ്) പാരമ്പര്യപണ്ഡിതന്മാർ
ഏർപ്പെടുത്തിയ നിയന്ത്രണങ്ങൾ അവസാനിപ്പിക്കണമെന്ന് അദ്ദേഹം
ആവശ്യപ്പെട്ടു. മുസ്ലീങ്ങൾക്കിടയിലെ പരമ്പരാഗതമായ ആചാരങ്ങളെ
എതിർത്ത മൗലവി ചെറുപ്പക്കാരായ വിദ്യാസമ്പന്നരിൽ നല്ല സ്വാധീനം
നേടി, ആധുനിക വിദ്യാഭ്യാസം നേടാൻ മുസ്ലീങ്ങളെ അദ്ദേഹം അടിക്കടി
ഓർമിപ്പിച്ചു. തന്റെ *സ്വദേശാഭിമാനി* എന്ന ജേർണലിലൂടെ തിരുവിതാം
കൂറിലെ ദിവാൻ ഭരണത്തിനെതിരെയും ശബ്ദിച്ചു. വക്കം മൗലവിയുടെ
ചിന്തകളിൽ ആകൃഷ്ടരായ പരിഷ്കർത്താക്കളാണ് കെ എം സീതി
സാഹിബ്, കെ എം മൗലവി സാഹിബ്, സി എൻ അഹ്മദ് മൗലവി തുട
ങ്ങിയവർ. കേരളത്തിൽ മുജാഹിദ് പ്രസ്ഥാനവും മുസ്ലീംലീഗും കെട്ടിപ്പ
ടുക്കുന്നതിൽ ആദ്യകാലത്ത് പങ്കുവഹിച്ചവരാണ് ഈ വ്യക്തികൾ. 1922
ൽ കൊടുങ്ങല്ലൂരിലെ കക്ഷിവഴക്കുകൾ തീർക്കാൻ രൂപീകരിച്ച മുസ്ലിം
ഐക്യസംഘം കേരള മുസ്ലീങ്ങളുടെ വിദ്യാഭ്യാസ പുരോഗതിക്ക് വലിയ
പ്രചോദനമായി. ഐക്യസംഘത്തിന്റെ സമ്മേളനങ്ങളും പ്രമേയങ്ങളും
മുസ്ലീങ്ങളിൽ ഉണർവുണ്ടാക്കി. ഐക്യസംഘം പാരമ്പര്യമതാചാരങ്ങ
ളെയും വിശ്വാസങ്ങളെയും തള്ളിപ്പറഞ്ഞതിനാൽ പാരമ്പര്യ പണ്ഡിത
ന്മാർ ഐക്യസംഘത്തിൽനിന്ന് വിട്ടുനിന്നു. പലിശയ്ക്കനുകൂലമായി

സംഘം നിലപാടെടുത്തതിന്റെ പേരിലും മരുമക്കത്തായം തുടങ്ങിയ സമ്പ്രദായങ്ങളെ വിമർശിക്കാത്തതിന്റെ പേരിലും മുഹമ്മദ് അബ്ദുറഹ് മാൻ സാഹിബും വലിയൊരു വിഭാഗം മുസ്ലീം നേതാക്കളും ഐക്യ സംഘത്തിനെതിരെ രംഗത്തുവന്നു. പന്ത്രണ്ടുവർഷം തികയുംമുമ്പേ സംഘം പിരിച്ചുവിടേണ്ടിവന്നു.

ഇക്കാലത്തുതന്നെ ബ്രിട്ടീഷ് സർക്കാർ ഖാൻ ബഹാദൂർ കെ മുഹ മ്മദിനെ മാപ്പിള വിദ്യാഭ്യാസത്തിനുള്ള സ്പെഷ്യൽ ഓഫീസറായി നിയമി ച്ചത് മാപ്പിള വിദ്യാഭ്യാസരംഗത്ത് ഏറെ മാറ്റങ്ങൾക്ക് ഹേതുവായി. തന്റെ വിദ്യാഭ്യാസ വീക്ഷണങ്ങൾ പ്രചരിപ്പിക്കുന്നതിനായി അദ്ദേഹം *മാപ്പിള റിവ്യൂ* എന്ന മാസികയും പ്രസിദ്ധീകരിച്ചു. അതോടൊപ്പം പ്രാഥമിക വിദ്യാഭ്യാസ സ്ഥാപനങ്ങൾ തുടങ്ങുന്നതിനു സീതി സാഹിബിന്റെ പ്രവർ ത്തനങ്ങളും കാരണമായി.

മതനവീകരണരംഗത്ത് തീവ്രമായ ആശയങ്ങളുമായി വന്ന മുജാ ഹിദ് പ്രസ്ഥാനം മലബാറിലെ പാരമ്പര്യ ഇസ്ലാമിനെതിരെ മതപരിത്യാഗം ആരോപിച്ചത് കേരളത്തിലെ മുസ്ലീങ്ങളിൽ രൂക്ഷമായ വാദവിവാദങ്ങൾക്ക് വഴിവച്ചു. സൂഫിസത്തെയും കേരള മുസ്ലീങ്ങൾ വളർത്തിയെടുത്ത സമ ന്വയ സംസ്കാരത്തെയും മുജാഹിദ് പ്രസ്ഥാനം ചോദ്യം ചെയ്തു. അതേ സമയം വിദ്യാഭ്യാസരംഗത്തും തൂലികാരംഗത്തും ഈ പ്രസ്ഥാനം മാതൃകാ പ്രവർത്തനങ്ങൾ കാഴ്ചവച്ചു. മാപ്പിള കലാരൂപങ്ങളെയും നേർച്ച ഉത്സവങ്ങളെയും കേരള ശൈലികളെയും മുജാഹിദ് വിഭാഗം തള്ളുകയും അവയെ ബഹുദൈവാരാധനയായി ചിത്രീകരിക്കുകയും ചെയ്തു. ആധുനിക വിദ്യാഭ്യാസം, സ്ത്രീ വിദ്യാഭ്യാസം എന്നിവയ്ക്ക് പ്രസ്ഥാനം വളരെ പ്രാമുഖ്യം നൽകി. അതിനായി പ്രത്യേകം വിദ്യാ ലയങ്ങൾ സ്ഥാപിക്കുകയും ചെയ്തു. മതപരിഷ്കരണങ്ങളോടുള്ള പാര മ്പര്യപണ്ഡിതരുടെ വിമർശനംകാരണം മുജാഹിദ് പരിഷ്കരണങ്ങൾ താഴെക്കിടയിലേക്കെത്തിയില്ല. മുജാഹിദുകളുടെ ഭൗതിക വിദ്യാഭ്യാസ പ്രവർത്തനങ്ങൾ അറേബ്യൻ വഹാബിസം മുസ്ലീങ്ങളിൽ പ്രചരിപ്പിക്കാ നുള്ള തന്ത്രമാണെന്ന് പാരമ്പര്യ പണ്ഡിതന്മാർ സമർഥിച്ചു. മുസ്ലീങ്ങളെ മുജാഹിദ് സ്ഥാപനങ്ങളിൽ പഠിപ്പിക്കുന്നത് നിരുത്സാഹപ്പെടുത്തി. പകരം തങ്ങളുടേതായ സ്കൂളുകൾ സ്ഥാപിക്കാനുള്ള ശ്രമങ്ങൾക്ക് നേതൃത്വം നൽകി. അറബിമലയാളത്തോട് വിമുഖത കാണിച്ച മുജാഹിദ് മലയാള ത്തിൽ ഇസ്ലാമിക സാഹിത്യങ്ങൾ രചിച്ചു വന്നത് പുതിയ കാൽവയ്പാ യി. *ഖുർആൻ* വേദം മലയാളത്തിലാക്കുന്നത് തെറ്റാണെന്ന് വിശ്വസിച്ചി രുന്ന കാലത്ത് പരിഷ്കർത്താവായ സി എൻ അഹ്മദ് മൗലവി *ഖുർ ആന്* പാരമ്പര്യവിശ്വാസങ്ങൾക്കെതിരായവിധം പരിഭാഷ കൊണ്ടുവന്ന തോടെ മാപ്പിളനാട് കൂടുതൽ വിവാദങ്ങളിൽ മുങ്ങി. മൗലാനാ അബ്ദുൽകലാം ആസാദിന്റെയും സർ സയ്യിദ് അഹ്മദ് ഖാന്റെയും ചിന്ത

കൾ കടമെടുത്തുകൊണ്ടാണ് സി എൻ കോളിളക്കം സൃഷ്ടിച്ചത്. സി എൻ അഹ്മദ് മൗലവി പിന്നീട് മുജാഹിദ് പ്രസ്ഥാനത്തിൽനിന്ന് അകന്ന് പാരമ്പര്യ നേതൃത്വത്തെ ഒറ്റയ്ക്കെതിർത്തു.

ഇസ്ലാമികഭരണം (ഹുകൂമത്തെ ഇലാഹി) എന്ന ലക്ഷ്യവുമായി വന്ന ജമാഅത്തെ ഇസ്ലാമിയും കേരളത്തിൽ അതിന് വേരോട്ടമുണ്ടാക്കി. പാരമ്പര്യ വിശ്വാസങ്ങളിൽനിന്ന് വ്യതിചലിച്ചു എന്ന കാരണത്താൽ പാര മ്പര്യ പണ്ഡിതന്മാർ ജമാഅത്തെ ഇസ്ലാമിനെയും എതിർത്തുപോന്നു. ജനാധിപത്യഭരണം അനിസ്ലാമികമാണെന്നും അതിനോട് സഹകരി ക്കാതെ ഒരു ദൈവീകഭരണത്തിന് ശ്രമിക്കണമെന്നുമാണ് സംഘടനയ്ക്ക് ബീജാവാപം നൽകിയ അബുൽഅഅ്ലാ മൗദൂദി ആവശ്യപ്പെട്ടത്. എന്നാൽ അതിരുകടന്ന ഈ വാദത്തിൽനിന്ന് പിന്നീട് പിന്മാറിയ സംഘ ടന മതത്തിന്റെ സംസ്ഥാപനം (ഇഖാമതുദ്ദീൻ) എന്ന ആശയം പ്രചരി പ്പിച്ചു. തത്വത്തിൽ രണ്ടും ഒന്നു തന്നെയാണെന്നും സംഘടനാ നേതാ ക്കൾ വിശദീകരിച്ചിരുന്നു. ഇവരുടെ മുഖ്യശ്രദ്ധ സാഹിത്യത്തിലൂടെയുള്ള പ്രബോധന പ്രവർത്തനങ്ങളിലായിരുന്നു. കേരളത്തിലെ ജമാഅത്തിന് മികവുറ്റ ഒരു സാഹിത്യ ശേഖരമുണ്ട്. മതപഠനവും മതേതരപഠനവും സമന്വയിപ്പിക്കുന്ന ബോർഡിങ് സ്കൂളുകൾ എന്ന ആശയം കേരളത്തിൽ അവതരിപ്പിച്ചുകൊണ്ട് അവർ വിദ്യാഭ്യാസരംഗത്ത് മാതൃക കാഴ്ച വച്ചു.

മതപഠനരംഗം പരിഷ്കരിക്കാൻ പാരമ്പര്യ നേതൃത്വം ഇക്കാലത്ത് ഉണർന്ന് പ്രവർത്തിച്ചു. പുതിയ തലമുറ വിഭാഗീയ ചിന്താഗതികളി ലേക്കും പാശ്ചാത്യ സംസ്കാരത്തിലേക്കും 'വഴുതിപ്പോവുന്നത്' നിയ ന്ത്രിക്കാനായിരുന്നു പണ്ഡിതന്മാരുടെ ശ്രമം. നാടൊട്ടുക്കും മദ്രസാ പ്രസ്ഥാനം ആരംഭിച്ചു. സ്വതന്ത്ര ഇന്ത്യാ സർക്കാർ സ്കൂളുകളിൽ മത പഠനം നിരോധിച്ചപ്പോഴാണ് മദ്രസാ പ്രസ്ഥാനം വ്യാപകമാവുന്നത്. സമസ്ത കേരള ഇസ്ലാമിക വിദ്യാഭ്യാസ ബോർഡിന് രൂപംനൽകി ക്കൊണ്ട് പാരമ്പര്യവിഭാഗം മദ്രസകളെ പ്രത്യേക ബോർഡിനു കീഴിൽ കൊണ്ടുവന്നു. ഉന്നത മതപഠനത്തിന് കേരള മുസ്ലീങ്ങൾ അന്യസംസ്ഥാ നങ്ങളെയാണ് ആശ്രയിച്ചിരുന്നത്. മതപണ്ഡിതന്മാർ മുൻകൈയെടുത്ത് 1965 ൽ മലപ്പുറം ജില്ലയിലെ പട്ടിക്കാട്ട് ജാമിഅ നൂരിയ അറബികോളേജ് സ്ഥാപിച്ചതോടെ മതരംഗത്ത് ഉന്നതബിരുദം നൽകുന്ന സ്ഥാപനങ്ങൾ ഉയർന്നുതുടങ്ങി. പാരമ്പര്യപണ്ഡിതന്മാരുടെ കൂട്ടായ്മയായ സമസ്ത കേരള ജംഇയ്യത്തുൽ ഉലമയാണ് ഈവക പ്രവർത്തനങ്ങൾക്ക് നേതൃത്വം നൽകിയത്. മതരംഗത്ത് ഉണർവുണ്ടാവാനും മതരംഗം ക്രോഡീകൃത മാവാനും മദ്രസകളും അറബികോളേജുകളും സഹായകമായി. അറബി ഭാഷാപഠനത്തിന് സ്കൂൾ അധ്യാപകരെ സംഭാവന ചെയ്യാൻവേണ്ടി മുജാഹിദ് വിഭാഗവും അറബി കോളേജുകൾ സ്ഥാപിച്ചിരുന്നു. മദ്രസാ വിദ്യാഭ്യാസത്തിന് ബോധന മാധ്യമമായി അറബി മലയാളലിപി ഉപ

യോഗിച്ചതിനാൽ മദ്രസകളിലൂടെ മാതൃഭാഷ പഠിക്കുന്നതിനുള്ള അവ
സരങ്ങൾ ഇല്ലാതായി. വിനിമയ ഭാഷയായി മലയാളം ഔദ്യോഗികമാക്കി
യിട്ടും അത് പഠിക്കാനുള്ള അവസരം സൃഷ്ടിക്കപ്പെട്ടില്ല. അതോടൊപ്പം
ആരാധനാ ഭാഷയായ അറബിപഠനത്തിനുള്ള സാഹചര്യവും മദ്രസക
ളിൽ ഉണ്ടായില്ല.

ആധുനിക വിദ്യാഭ്യാസം

മലബാറിലെ ആദ്യകാല വിദ്യാഭ്യാസം ഓത്തുപള്ളികളിലാണ് നട
ന്നിരുന്നത്. മതപരമായ ജീവിതത്തിന് ആവശ്യമായ അറബിമന്ത്രങ്ങളും
ഖുർആനും 'ഓതിപ്പഠിക്കുക' എന്നതിലുപരി മറ്റൊന്നും ഓത്തുപള്ളിക
ളിൽനിന്ന് ലഭ്യമായിരുന്നില്ല. അതേസമയം മറ്റ് സമുദായങ്ങൾ പൊതു
വിദ്യാഭ്യാസം നേടുന്നതിൽ ഏറെ മുന്നിലെത്തിയിരുന്നു. ശക്തമായ
ബ്രിട്ടീഷ് വിരോധമാണ് മുസ്ലീങ്ങളെ ആധുനികവിദ്യ നേടുന്നതിൽനിന്ന്
പിന്തിരിപ്പിച്ചത്. ഇംഗ്ലീഷ് സംസ്കാരം നരകത്തിലാണെന്നും ജന്മിമാരുടെ
ഭാഷയായ ആര്യനെഴുത്ത് (മലയാളം) പഠിക്കൽ ഹറാ (നിഷിദ്ധം)മാണെ
ന്നും നിരന്തരം പ്രചരിപ്പിച്ചുവന്നു. ഓത്തുപള്ളികളിൽ അയച്ചില്ലെങ്കിൽ
മതം ഇല്ലാതായിപ്പോവുമെന്നും ശ്രുതിയുണ്ടായി. ആധുനിക വിദ്യാഭ്യാസം
നൽകുന്നതിലൂടെ മാത്രമേ മാപ്പിളമാരെ കലാപങ്ങളിൽനിന്ന് പിന്തിരിപ്പി
ക്കാനാവൂ എന്ന് ബ്രിട്ടീഷുകാരും നിനച്ചു.[36] 1871 ൽ ഓത്തുപള്ളികളി
ലൂടെ മലയാളം പഠിപ്പിക്കാനുള്ള ശ്രമങ്ങൾ സർക്കാർ നടത്തിയെങ്കിലും
കാര്യമായ ഫലം കണ്ടില്ല. 1894 ൽ മാപ്പിളമാരെ പിന്നോക്ക ജാതിയായി
പ്രഖ്യാപിക്കുകയും അവരുടെ വിദ്യാഭ്യാസത്തിനായി പ്രത്യേക ഗ്രാന്റ്
അനുവദിക്കുകയും ചെയ്തു. പക്ഷേ, മതനേതൃത്വങ്ങളുടെ വിലക്കുകൾ
കാരണം സമുദായം ഈ ആനുകൂല്യങ്ങൾ സ്വീകരിച്ചില്ല. നമ്പൂതിരിമാ
രുടെ സ്കൂളിലേക്ക് അവർ കുട്ടികളെ പറഞ്ഞയച്ചതുമില്ല. 1926 ൽ മാപ്പിള
മാർക്കായി സർക്കാർ ഒരു സ്പെഷ്യൽ വിദ്യാഭ്യാസ ഇൻസ്പെക്ടറെ
നിയമിച്ചു. ഇൻസ്പെക്ടർമാർ മുസ്ലീങ്ങൾ തന്നെയായിരുന്നു. കോഴി
ക്കോടും മലപ്പുറത്തും മാപ്പിളമാർക്കായി ഹൈസ്കൂളുകൾ തുറന്നു.
മാപ്പിള നാട്ടിന്റെ പലഭാഗത്തും മാപ്പിള സ്കൂളുകൾ സ്ഥാപിക്കപ്പെട്ടു.
ഇത് നല്ല ഫലം ചെയ്യുകയും മാപ്പിളമാരുടെ മലയാള സാക്ഷരത പത്ത്
ശതമാനമായി ഉയരുകയും ചെയ്തു. എന്നാൽ സ്ത്രീകളുടെ സാന്നിധ്യം
ഭൗതിക വിദ്യാഭ്യാസരംഗത്ത് വളരെ കുറവായിരുന്നു. ഇതേസമയം
തെക്കൻ കേരളത്തിലെ മുസ്ലീങ്ങളുടെ വിദ്യാഭ്യാസനിലവാരം വളരെ
മുന്നിലെത്തി. നേരിട്ടുള്ള ബ്രിട്ടീഷ് ഭരണം ഇല്ലാതിരുന്ന തെക്കൻ കേരള
ത്തിൽ സാമ്രാജ്യത്വവിരോധവും സമരങ്ങളും തുലോം കുറവായിരുന്നു.
അതിനാൽ ആധുനിക വിദ്യാഭ്യാസത്തോട് അവർ ഏറെയൊന്നും വിമുഖ
രായിരുന്നില്ല. സ്വാതന്ത്ര്യത്തിനുശേഷം എല്ലാ മുസ്ലീം വിഭാഗങ്ങളും

ആധുനിക വിദ്യാഭ്യാസത്തിന്റെ ആവശ്യകത സമുദായത്തെ ബോധ്യ പ്പെടുത്താൻ തുടങ്ങിയതോടെ മുസ്ലീം മാനേജ്മെന്റുകൾതന്നെ സ്കൂളു കൾ സ്ഥാപിച്ച് നടത്താൻ തുടങ്ങി.

മലബാറിലെ ആധുനിക വിദ്യാഭ്യാസരംഗത്ത് മാറ്റങ്ങളുണ്ടാക്കിയ സംഭവമാണ് 1948 ൽ ഫാറൂഖ് കോളേജിന്റെ സ്ഥാപനം. സൂഫിയും പരിഷ്കർത്താവുമായ മൗലാനാ അബുസബാഹ് അഹ്മദ് മൗലവിയുടെ കരങ്ങളാണ് ഇതിന്റെ പ്രചോദനം. അലിഗഡിന്റെ മാതൃകയിൽ സ്ഥാപിച്ച കോളേജ് പിന്നീട് 'കേരളത്തിലെ അലിഗഡ്' എന്നറിയപ്പെട്ടു. മുസ്ലീങ്ങൾക്ക് ഉന്നതവിദ്യാഭ്യാസരംഗത്ത് ഇത് വലിയ പ്രചോദനമായി. കോളേജിന്റെ പുരോഗതിക്കായി ഉദ്ബുദ്ധരായ ധനാഢ്യരും രംഗത്തു വന്നു. മുസ്ലീംലീഗ് എം പിയും മദ്രാസുകാരനുമായിരുന്ന ഇസ്മായിൽ സാഹിബിന്റെ ശ്രമഫലമായി മദ്രാസ് യൂണിവേഴ്സിറ്റിയുടെ അഫിലി യേഷൻ നേടിയെടുത്തു. 1957 മുതൽ ഇരുപത്തിരണ്ട് വർഷം പ്രിൻസി പ്പലായി സേവനമനുഷ്ഠിച്ച കെ എ ജലീലിന്റെ നേതൃത്വത്തിൽ കോളേജ് പച്ചപിടിച്ചു. ബാഫഖിതങ്ങളുൾക്കൊള്ളുന്ന പാരമ്പര്യനേതൃത്വവും പുരോഗമനവാദികളും കോളേജിന്റെ പുരോഗതിക്കായി കൈകോർത്തു. സി എൻ അഹ്മദ് മൗലവിയുടെയും അത്തൻ മോയിൻ അധികാരിയു ടെയും ശ്രമഫലമായി 1964 ൽ ഉയർന്ന മമ്പാട് കോളേജായിരുന്നു ഈ നിരയിൽ രണ്ടാമത്തേത്. അതോടൊപ്പംതന്നെ സ്കൂളുകളുടെ എണ്ണ ത്തിലും കാര്യമായ വർധനയുണ്ടായി. മതപരമായി ഭിന്നിച്ചുനിന്ന സുന്നീ മുജാഹിദ് വിഭാഗങ്ങൾ മതേതര വിദ്യാഭ്യാസ സ്ഥാപനങ്ങൾ സ്ഥാപി ക്കുന്നതിന് ഒരു ലോപവും കാണിക്കാതെ മുന്നോട്ടുവന്നു.

മുസ്ലീം എഡ്യൂക്കേഷണൽ സൊസൈറ്റിയുടെ (എം ഇ എസ്) രൂപീ കരണം, കാലിക്കറ്റ് യൂണിവേഴ്സിറ്റിയുടെ സ്ഥാപനം എന്നിവ ഉന്നത വിദ്യാഭ്യാസ രംഗത്ത് മാപ്പിളമാരുടെ ഉന്നതിക്ക് കാരണമായി. ഏറ്റവും പിന്നോക്കംനിൽക്കുന്ന ഏറനാട്ട് വള്ളുവനാട്ട് പ്രദേശങ്ങളെ ഉൾപ്പെടുത്തി 1969 ൽ ഇ എം എസ് സർക്കാർ മലപ്പുറം ജില്ല രൂപീകരിച്ചതും മാപ്പിള മാരുടെ പുരോഗതിക്ക് നിദാനമായി. ഇ എം എസ് മന്ത്രിസഭയിലെ വിദ്യാ ഭ്യാസ മന്ത്രിയായ സി എച്ച് മുഹമ്മദ് കോയ മലബാറിൽ സർക്കാർ സ്ഥാപനങ്ങൾ അനുവദിച്ചുകൊണ്ട് വിദ്യാഭ്യാസപുരോഗതി ത്വരിതപ്പെടു ത്തി. ഉന്നതവിദ്യാഭ്യാസം ലക്ഷ്യമാക്കി 1964 ൽ ഡോ. പി കെ അബ്ദുൽ ഗഫൂറിന്റെ നേതൃത്വത്തിൽ എം ഇ എസ് രൂപീകരിക്കപ്പെടുകയും രണ്ട് വർഷത്തിനകം തന്നെ ആദ്യത്തെ കോളേജ് മണ്ണാർക്കാട് സ്ഥാപിക്കു കയും ചെയ്തു. താമസിയാതെ മമ്പാട് കോളേജ് എം ഇ എസ് ഏറ്റെടു ത്തു. പൊന്നാനി, കൊടുങ്ങല്ലൂർ, വളാഞ്ചേരി എന്നിവിടങ്ങളിലും കോളേ ജുകൾ സ്ഥാപിതമായി. പിന്നീട് ശരീഅത്തിനെ ചൊല്ലി ഉണ്ടായ വിവാദ ത്തെ ചൊല്ലി മുസ്ലീംലീഗും പാരമ്പര്യ പണ്ഡിതന്മാരും എം ഇ എസിനെ പ്രതിക്കൂട്ടിൽ നിർത്തിയത് പ്രസ്ഥാനത്തിന്റെ വളർച്ചയ്ക്ക് മങ്ങലേൽപ്പി

ച്ചു. സംഘടനയെ അപ്രസക്തമാക്കുക എന്ന ഉദ്ദേശ്യത്തോടെ മുസ്ലീം ലീഗ് മുൻകൈയെടുത്ത് ഡോ. അബ്ദുൽ ഗഫൂറിനെ കോഴിക്കോട് മെഡിക്കൽ കോളേജിൽനിന്ന് സ്ഥലംമാറ്റിയതും സംഘടനയെ സഹായിക്കുന്നതിൽനിന്ന് മുസ്ലീം ധനാഢ്യരെ വിലക്കിയതും എം ഇ എസിന് പ്രതിബന്ധങ്ങൾ സൃഷ്ടിച്ചു. യാഥാസ്ഥിതികതയും പുരോഗമനവാദവും തമ്മിലുള്ള സംഘട്ടനമായാണ് എം ഇ എസ് – മുസ്ലീംലീഗ് ശത്രുത വ്യാഖ്യാനിക്കപ്പെടുന്നത്. മതപരിഷ്കരണവാദങ്ങളിൽനിന്ന് എം ഇ എസ് മാറി നിൽക്കുകയും വിദ്യാഭ്യാസ പ്രവർത്തനങ്ങളിൽ മുഴുകുകയും ചെയ്തതോടെ ശത്രുതയ്ക്ക് അയവ് വരികയും എം ഇ എസ് പ്രവർത്തനം ഊർജിതമാവുകയും ചെയ്തു.

ഗൾഫ് സ്വാധീനം

1970 കളിൽ ആരംഭിച്ച ഗൾഫ് കുടിയേറ്റം കേരള മുസ്ലീങ്ങളിൽ ആഴത്തിലുള്ള സ്വാധീനമുണ്ടാക്കി. ജീവിതത്തിന്റെ എല്ലാ മേഖലകളിലും ഗൾഫ് സ്വാധീനം വ്യാപരിച്ചു. മാപ്പിളജീവിതം ഗ്രാമീണശൈലിയിൽ നിന്നും നാഗരിക (urban) ശൈലിയിലേക്ക് മാറിത്തുടങ്ങി. മാപ്പിള കർഷകർ എന്ന പഴയ നാമംതന്നെ അപ്രസക്തമായി. മാപ്പിള കർഷകർ കൂട്ടമായി ഗൾഫിലേക്ക് കുടിയേറിയതോടെ ഏറനാട് വള്ളുവനാട് പ്രദേശങ്ങളിലെ കൃഷിഭൂമി ശൂന്യമായി. കാർഷിക ജീവിതക്രമത്തോടും മാപ്പിളമാർ വിട പറഞ്ഞു. 'ദുബായ് പണം' മായാജാലം പോലെ പ്രവർത്തിച്ചു. കേരളത്തിന്റെ മുഖച്ഛായ തന്നെ മാറി. നിർമാണരംഗത്ത് കുതിച്ചുകയറ്റമുണ്ടായി. മനോഭാവങ്ങളിൽ (attitude) തന്നെ മാറ്റങ്ങൾ കണ്ടു. ഗൾഫ് കുടിയേറ്റത്തിനു മുമ്പുള്ള മാപ്പിളയുടെ ജീവിതം അതിനുശേഷമുള്ള മാപ്പിള ജീവിതത്തിൽനിന്ന് തുലോം വ്യത്യാസപ്പെട്ടു. ജീവിതശൈലി തൊട്ട് വേഷഭൂഷാദികളിൽ വരെ മാറ്റം പ്രകടമായി. അതോടൊപ്പം മതത്തോടുള്ള ആഭിമുഖ്യവും കൂടി വന്നു. അറേബ്യൻ മാതൃകയിലുള്ള പള്ളികളും കെട്ടിടങ്ങളും വർധിച്ചു. എല്ലാ രംഗത്തും കേരളീയ മുസ്ലീം ശൈലി വിട്ട് അറേബ്യൻ ശൈലിയിലേക്ക് മാപ്പിളമാർ കുടിയേറി. പാശ്ചാത്യസംവിധാനങ്ങളോടുണ്ടായിരുന്ന വിരോധം കുറഞ്ഞുവന്നു. രാഷ്ട്രീയത്തിലും മാപ്പിളമാർക്ക് താൽപ്പര്യം കുറഞ്ഞുതുടങ്ങി. ആദ്യകാലത്ത് ഏത് വിദ്യാഭ്യാസമില്ലാത്തവർക്കും ഗൾഫിൽ ചെന്ന് പണമുണ്ടാക്കാമായിരുന്നു. അതിനാൽ ഏഴാം ക്ലാസ് കഴിയുമ്പോഴേക്കും മക്കളെ ഗൾഫിൽ കൊണ്ടുപോവാനുള്ള താൽപ്പര്യമായിരുന്നു മാതാപിതാക്കൾക്ക്. അതിനാൽ ഗൾഫ് കുടിയേറ്റത്തിന്റെ ആദ്യഘട്ടത്തിൽ വിദ്യാഭ്യാസരംഗത്തുനിന്ന് മാപ്പിളമാർ പിന്നോട്ട് പോവുകയായിരുന്നു. ഗൾഫ് പണത്തിന്റെ വേലിയേറ്റത്തിൽ മക്കളെ ശ്രദ്ധിക്കാനാളില്ലാതായെന്ന് മാത്രമല്ല, മക്കൾ വിദ്യാഭ്യാസത്തിൽ ശ്രദ്ധിക്കാതെയുമായി.[37]

ഗൾഫ്നാടുകളിൽ സാങ്കേതികവിദഗ്ധർക്ക് ഡിമാന്റ് കൂടുകയും

വിദ്യാസമ്പന്നരുടെ ആവശ്യം വർധിക്കുകയും ചെയ്തപ്പോൾ മാപ്പിള
മാരും തങ്ങളുടെ കുട്ടികളെ വിദ്യാഭ്യാസരംഗത്ത് ഉയർത്താൻ ശ്രമമാരം
ഭിച്ചു. ഇത് ലക്ഷ്യമാക്കി മതനേതൃത്വത്തിന്റെ കീഴിൽത്തന്നെ പലേടത്തും
സമന്വയ വിദ്യാഭ്യാസ ബോർഡിങ് സ്ഥാപനങ്ങൾ വന്നു. ഇവിടങ്ങളിൽ
സ്കൂൾ വിദ്യാഭ്യാസത്തിന് വേണ്ടത്ര ശ്രദ്ധ കൊടുക്കാത്തതുമൂലം
സ്കൂൾ രംഗത്ത് മാപ്പിള മുസ്ലീങ്ങൾ പിന്നിൽത്തന്നെ കഴിച്ചുകൂട്ടി. ഗൾഫി
ലുള്ള ഉന്നത ഉദ്യോഗരംഗങ്ങളിൽ ഇതര സമുദായക്കാർ കയറിപ്പറ്റു
ന്നതും മുസ്ലീങ്ങൾക്ക് തരംതാണ ജോലികൾ തന്നെ സ്വീകരിക്കേണ്ടി
വന്നതും വീണ്ടും മുസ്ലീങ്ങളുടെ വിദ്യാഭ്യാസ പിന്നോക്കാവസ്ഥ വ്യക്ത
മാക്കി. അതോടൊപ്പം മതരംഗത്ത് പുരോഗതി വരുത്തേണ്ട സാഹചര്യ
ങ്ങളുമുണ്ടായി. പണത്തിന്റെ കൊഴുപ്പിൽ പാരമ്പര്യമതം ഗൾഫുകാർ
കൈയൊഴിച്ചേക്കുമോ എന്ന ഭീതിമൂലം പാരമ്പര്യ മതനേതൃത്വത്തിന്റെ
കീഴിൽ പ്രതി നവീകരണപ്രസ്ഥാനം (counter reformation) ആരംഭിച്ചു.
1979 ൽ കാന്തപുരം അബൂബക്കർ മുസ്ലിയാരുടെ നേതൃത്വത്തിൽ ആരം
ഭിച്ച മർകസ് പ്രസ്ഥാനം ഇപ്രകാരമുള്ള ഒരു നവോത്ഥാന പ്രസ്ഥാന
മായി വളരുകയായിരുന്നു.

പാരമ്പര്യവിഭാഗത്തിലുണ്ടായ ഈ ഉയിർത്തെഴുന്നേൽപ്പിനെ തടയി
ടാൻ നേരത്തെ ഉണ്ടായിരുന്ന മതപരിഷ്കരണ വിഭാഗങ്ങൾ മുസ്ലീം
ലീഗിന്റെ സഹായത്തോടെ ശ്രമങ്ങൾ നടത്തി. അതോടൊപ്പം പാരമ്പര്യ
പണ്ഡിതസഭയിൽ പിളർപ്പുണ്ടാവാനും മർകസ് പ്രസ്ഥാനത്തെ സമുദാ
യത്തിൽനിന്ന് ഒറ്റപ്പെടുത്താനും മുസ്ലീം ലീഗിന്റെ ഭാഗത്തുനിന്ന് ശ്രമങ്ങ
ളുണ്ടായി. പാർട്ടിയെയും ഭരണത്തെയും ഉപയോഗിച്ച് മർകസ് ശിൽപ്പി
കാന്തപുരം അബൂബക്കർ മുസ്ലിയാരെയും അദ്ദേഹത്തിന്റെ പ്രസ്ഥാന
ത്തെയും ഒതുക്കാനുള്ള ഗൂഢാലോചനകൾ നടന്നു. മർകസ് പ്രസ്ഥാന
ക്കാരും ലീഗുകാരും തമ്മിൽ സംഘട്ടനങ്ങളും പതിവായി. മദ്രസകൾ
രാഷ്ട്രീയ സ്വാധീനമുപയോഗിച്ച് അടച്ചുപൂട്ടി. വഖഫ്, ഹജ്ജ് തുടങ്ങിയ
വയുടെ ഔദ്യോഗിക സ്ഥാനങ്ങൾ മർകസ് വിഭാഗത്തിന് നിഷേധിക്കു
കയും ചെയ്തു. മുസ്ലീംലീഗിന്റെ എതിർപ്പുകളെ മറികടന്ന് മർകസ്
പുരോഗമിച്ചത് മാപ്പിളമാരുടെ വിദ്യാഭ്യാസരംഗത്ത് വമ്പിച്ച മുന്നേറ്റമുണ്ടാ
ക്കി. മർകസ് പ്രസ്ഥാനം മുസ്ലീം ലീഗിന്റെ രാഷ്ട്രീയമായ അസ്തിത്വം
തന്നെ ചോദ്യം ചെയ്യുകയും ന്യൂനപക്ഷ സംരക്ഷണത്തിന് മതേതര
പാർട്ടികൾ മതി എന്ന നിലപാടിലേക്ക് സമുദായം ഉയരുകയും ചെയ്തു.
മുസ്ലീം ലീഗ് സമുദായത്തിലെ പ്രമാണി വർഗത്തിന്റെ കൂടെ നിന്നതും
ഈ ചിന്താഗതിക്ക് ആക്കം കൂട്ടി.

മർകസിന്റെ കീഴിൽ നാനാഭാഗത്തും പ്രാഥമിക ഇംഗ്ലീഷ് വിദ്യാലയ
ങ്ങൾ വന്നതോടെ പാരമ്പര്യവിഭാഗത്തിന്റെ പുരോഗതി ത്വരിതപ്പെട്ടു.
പള്ളികളിൽ മാത്രം ഒതുങ്ങിയിരുന്ന മതനേതൃത്വം വിദ്യാഭ്യാസരംഗത്ത്
സജീവമാവുകയും ലിബറൽ വിദ്യാഭ്യാസനയങ്ങൾ പരമാവധി ഉപയോഗ

പ്പെടുത്തുകയും ചെയ്തു. പാവപ്പെട്ടവർക്കുവേണ്ടി അനാഥാലയങ്ങളും അഗതിമന്ദിരങ്ങളും വ്യാപകമായി. ഇതേസമയം തന്നെ വിദ്യാഭ്യാസ ത്തിന്റെ താൽപ്പര്യത്തിനപ്പുറം അതിന്റെ കച്ചവട സാധ്യതകൂടി മുന്നിൽ കണ്ട് മുസ്ലീം ധനാഢ്യരും വിദ്യാഭ്യാസരംഗത്ത് പണമിറക്കാൻ വന്നു. മുസ്ലീം എഡ്യൂക്കേഷണൽ സൊസൈറ്റിയും വിദ്യാഭ്യാസരംഗത്ത് കുതിച്ചു കയറ്റംനടത്തി.

നവോത്ഥാന രംഗത്ത് മുസ്ലീങ്ങൾ ഏറെ മുന്നോട്ടുപോയെങ്കിലും പൊതുവായ മുന്നേറ്റം അത്ര ശക്തമാണെന്ന് പറഞ്ഞുകൂടാ. കേന്ദ്ര ത്തിലെ സച്ചാർ കമീഷൻ റിപ്പോർട്ടിനെത്തുടർന്ന് കേരളത്തിലെ മുസ്ലീങ്ങളുടെ സ്ഥിതി വിലയിരുത്താൻ സംസ്ഥാന സർക്കാർ നിയോ ഗിച്ച മന്ത്രി പാലൊളി മുഹമ്മദ് കുട്ടി കമ്മീഷൻ തയാറാക്കിയ റിപ്പോർട്ടിൽ (2008) മുസ്ലീം പിന്നോക്കാവസ്ഥ ദരിദ്രമേഖലകളിൽ ഇപ്പോഴും മുഴച്ചു നിൽക്കുകയാണെന്ന് കണ്ടെത്തി. ശാസ്ത്രസാഹിത്യ പരിഷത്തിന്റെ സർവെയും വിദ്യാഭ്യാസ-ഔദ്യോഗികരംഗത്തുള്ള സമുദായത്തിന്റെ പിന്നോക്കാവസ്ഥ വിലയിരുത്തി. ന്യൂനപക്ഷമെന്നനിലയ്ക്ക് തങ്ങളുടെ വ്യക്തിത്വത്തെക്കുറിച്ച് ആശങ്കയുള്ള മുസ്ലീം സമുദായത്തിന് പ്രത്യേക പാക്കേജ് വേണമെന്ന ആശയം ബോധ്യപ്പെട്ടതുകൊണ്ടാണ് ഇടതുപക്ഷ സർക്കാർ പാലൊളി റിപ്പോർട്ടിന് അംഗീകാരം നൽകിയത്. അതിന്റെ അടിസ്ഥാനത്തിൽ പല പദ്ധതികളും ഇതിനകം നടപ്പാക്കിക്കഴിഞ്ഞു. വിദ്യാഭ്യാസ സാംസ്കാരിക മേഖലകളിലായിരുന്നു പദ്ധതികളധികവും. മുസ്ലീം പെൺകുട്ടികളുടെ ഉന്നത വിദ്യാഭ്യാസത്തിനുള്ള സ്കോളർഷിപ്പ്, മലബാറിലെ വിദ്യാഭ്യാസരംഗത്തെ പോരായ്മ നികത്തിയത്, ന്യൂനപ ക്ഷമേഖലകളിൽ മത്സരപരീക്ഷകൾക്കുള്ള കേന്ദ്രങ്ങൾ സ്ഥാപിച്ചത്, അലിഗഡ് യൂണിവേഴ്സിറ്റിയുടെ ഉപകേന്ദ്രം മലപ്പുറത്ത് സ്ഥാപിച്ചത് എന്നിവ മുസ്ലീം വിദ്യാഭ്യാസ രംഗത്തെ പിന്നോക്കാവസ്ഥ പരിഹരിക്കാൻ സർക്കാർ നടപ്പാക്കിയ പ്രധാന പദ്ധതികളാണ്. സർക്കാർ ജോലികളിൽ മുസ്ലീം സംവരണം അട്ടിമറിക്കാനുള്ള പഴുതുകൾ സർക്കാർ ഇല്ലാ താക്കി. മുസ്ലീം സാംസ്കാരിക രംഗം സജീവമാക്കാനായി കൊണ്ടോട്ടി യിലെ മോയിൻകുട്ടി വൈദ്യർ സ്മാരകത്തിന് കൂടുതൽ ഫണ്ട് വിലയി രുത്തി വിവിധ പദ്ധതികൾ നടപ്പാക്കി. അവശ വിഭാഗങ്ങൾക്കായി പെൻഷനുകളും സഹായങ്ങളും നടപ്പാക്കി സർക്കാർ ഭാഗത്തുനിന്നുള്ള ഈ ശ്രമങ്ങളെ സമുദായം ആവേശപൂർവം പിന്തുണച്ചു. ഇന്ന് മുസ്ലീം സമുദായം നേരിടുന്ന ഏറ്റവും വലിയ പ്രതിസന്ധി സാമ്രാജ്യത്വ ശക്തി കളുടെ ഭാഗത്തുനിന്നാണ്. മുസ്ലീങ്ങളെ ഭീകരരായി ചിത്രീകരിച്ചും സഞ്ചാര സ്വാതന്ത്ര്യം നിഷേധിച്ചും സമുദായത്തെ ഒന്നടങ്കം ഭീഷണി യുടെ മുൾമുനയിൽ നിർത്തിയും സമുദായത്തിന്റെ പുരോഗതി ഹനി ക്കാനുള്ള ശ്രമങ്ങളാണ് നടക്കുന്നത്. മുസ്ലീങ്ങൾക്ക് പണവും സഹായ ങ്ങളും നൽകി അവരെ തീവ്രവാദങ്ങളിലേക്ക് റിക്രൂട്ട് ചെയ്യുന്ന ഏജൻസി

കൾ വരെ സാമ്രാജ്യത്വശക്തികളുടെ സഹായത്തോടെ രംഗത്തുണ്ട്. സമു ദായത്തിലെ പണ്ഡിതന്മാരും നേതാക്കളും സർക്കാരും ജാഗ്രതപുലർത്തു ന്നതിനാൽ കേരളത്തിലെ സാമുദായികരംഗം ഇന്ത്യയിലെ ഇതര സ്ഥല ങ്ങളിലേതുപോലെ പ്രക്ഷുബ്ധമല്ല. സമുദായത്തിനുള്ളിൽത്തന്നെ വള രുന്ന ഭീകരശക്തികളെ ഇല്ലാതാക്കുകയും അവയ്ക്ക് വളംവയ്ക്കുന്ന വരെ കണ്ടെത്തുകയും സമുദായത്തിന്റെ ശ്രദ്ധ വിദ്യാഭ്യാസ നിർമാണ മേഖലകളിലേക്ക് തിരിച്ചുവിടുകയും ചെയ്താൽ സർക്കാർ മുന്നോട്ടു വച്ചിരിക്കുന്ന പുതിയ പദ്ധതികൾ ഉപയോഗപ്പെടുത്തി ഹ്രസ്വകാലംകൊ ണ്ടുതന്നെ മുസ്ലീം ജനവിഭാഗത്തിന് തങ്ങളുടെ പിന്നോക്കാവസ്ഥ പരി ഹരിക്കാനാവും.

റഫറൻസ്

1. *Sheikh Zinuddin, Tuhfatul Mujahideen*, Tr. Muhammed Husyn Nainan, Madras, 1945, p. 62.
2. Graeme, William Logan, *Malabar Manuval*, 1950, Vol. 1, p.73.
3. Gasper Correa, *Lenda da India,* Eng. Trans. Henry Stanely, *Three Voyages of Vasco de Gama,* Hakluyt Society, London, 1849, p. 155 f.
4. Shaikh Zainuddin, *Tuhfat al Mujahideen,* op. cit, p. 39.
5. Umar b Muhammad Suhrawardi, *Rihlat al Muluk,* Tras, Abdu Rahman K, PP. 20-22.
6. Herman Gundert, *Keralolppathi,* Balan publications, Trivandrum, 1961 (First Published in 1843, p. 32)
7. For the life sketch of Malik b Dinar, See A J Arberry, *An Introduction to the History of Sufism,* Oxford, 1962, p. 26-31; R A Nicholson, *Studies in Islamic Mysticism,* Cambridge, 1967, PP. 89-90.
8. Herman Gundert, op.cit, p. 85.
9. see A J Arberry, *An Introduction to the History of Sufism,* op.cit., pp. 26-31.
10. Umar Suhrawardi, op.cit., pp. 20-22.
11. Sheikh Zainuddin, op.cit., p. 39.
12. Sreedhara Menon, Ernakulam Gazatteer, p. 108.
13. K P Padmanabha Menon, *A History of Kerala,* Vol. 1, op.cit., p. 538.
14. പരപ്പിൽ മമ്മദ് കോയ, *കോഴിക്കോട്ടെ മുസ്ലീങ്ങളുടെ ചരിത്രം,* കോഴി ക്കോട്, പേജ് 202–203.

15. Jeyaseela Stephens, Medieval Trade of the Tamil Coast and its Hinterland, A D 1280-1500, *The Indian Historical Review,* Vol. XXXV, No. 2, January, 1999, p. 14.

16. എൻ എം നമ്പൂതിരി, മലബാർ പഠനങ്ങൾ, *സാമൂതിരി നാട്,* കേരള ഭാഷാ ഇൻസ്റ്റിറ്റ്യൂട്ട്, തിരുവനന്തപുരം, പേജ് 28.

17. Baldick, Julian, *Mystical Islam : An Introduction to Sufism,* Tauris Parke Paperbacks, London, 2000, P. 66.

18. എൻ എം നമ്പൂതിരി, *സാമൂതിരി നാട്,* പേജ് 178.

19. സി ഗോപാലൻ നായർ, *മലയാളത്തിലെ മാപ്പിളമാർ,* മംഗലാപുരം, 1917, പേജ് 73.

20. "പൊന്നാനി വായ്ക്കെ തൃക്കാവിൽ കോവിലകത്ത് ഇരുന്നരുളെ" എന്നാണ് സാമൂതിരി ഗ്രന്ഥവരികളിലൊക്കെ എഴുതിപ്പോന്നത്. എൻ എം നമ്പൂതിരി, *സാമൂതിരി നാട്,* പേജ് 438.

21. Annemerie Schimmel, *Islamic Literatures of India,* Wiesbaden, 1973, p. 4f.

22. സംസ്കരിക്കുന്നവൻ എന്നർഥമുള്ള മുസ്ലിഹ് എന്ന അറബി പദവും യാർ എന്ന് ബഹുമാനസൂചകമായി ഉപയോഗിക്കുന്ന പേർ ഷ്യൻ പദവും ചേർന്നതാണ് മുസ്ലിയാർ. ഹുസൈൻ രണ്ടത്താണി, *മഖ്ദൂമും പൊന്നാനിയും,* പൊന്നാനി, 2010, പേജ് 432-433.

23. Duarte Barbosa, *The Book of Duarte Barbosa,* tr., MW Dames, London, 1918, Vol. II, p. 76; Logan, *Malabar Manual,* op.cit., Vol. 1, 1950, p. 197.

24. Logan, I, p. 479.

25. പരപ്പിൽ മമ്മദ് കോയ, പേജ് 312.

26. R B Sergeant, *The Sayyids of Hadramauth,* School of Oriental and African Studies, University of London, 1967.

27. ഹുസൈൻ, രണ്ടത്താണി, *മാപ്പിള മലബാർ,* കോഴിക്കോട്, 2008, പേജ് 145-148.

28. ഡോ. ജെ ജെ പള്ളത്ത്, *സമുദായ മൈത്രി മതാഘോഷങ്ങളിൽ,* കണ്ണൂർ, 1993.

29. മമ്പുറം എന്ന പേര് മൻഫൂറ എന്ന അറബിനാമം ലോപിച്ചതായിരി ക്കണം. കാരണം മമ്പുറം തങ്ങളുടെ കുടുംബത്തിന് മൻഫൂറ എന്നും പേരുണ്ടായിരുന്നു. ഖാസി അബ്ദുറഹ്മാൻ ബിൻ മുഹമ്മദ് ബിൻ ഹുസൈൻ, *ശംസുള്ളഹീർ അള്ളാഹിയ,* ഹൈദരാബാദ്, 1911.

30. സെൻസസ് റിപ്പോർട്ട് 1881.

31. *വെളിയങ്കോട് ഹസ്രത് ഉമർ ഖാസിയുടെ ജീവചരിത്രവും കൃതിക ളും,* മഹല്ല് ജമാഅത്ത്, വെളിയങ്കോട്, 1988.

32. കെ കെ മുഹമ്മദ് അബ്ദുൽ കരീം, *മക്തി തങ്ങളുടെ സമ്പൂർണ കൃതികൾ*, കേരള ഇസ്ലാമിക് മിഷൻ, തിരൂർ, 1981.

33. സി എൻ അഹ്മദ് മൗലവി, കെ കെ മുഹമ്മദ് അബ്ദുൽ കരീം, *മഹത്തായ മാപ്പിള സാഹിത്യ പാരമ്പര്യം*, കോഴിക്കോട്, 1971, പേജ് 68–70.

34. സി കെ കരീം, *കേരള മുസ്ലീം ചരിത്രം സ്ഥിതിവിവരക്കണക്ക് ഡയറക്ടറി*, കൊച്ചി, 1991, പേജ് 408–409.

35. മുഹമ്മദ് കണ്ണു, *വക്കം മൗലവിയും നവോത്ഥാന നായകന്മാരും*, തിരുവനന്തപുരം, 1982.

36. C A Innes, Malabar, Madras District Gazetteers, Madras, 1951, p. 300.

37. കെ എ ജലീൽ, *കേരളത്തിലെ മുസ്ലീം സാന്നിധ്യം*, മുസ്ലീം കേരള ട്രസ്റ്റ്, തിരുവനന്തപുരം, പേജ് 18.

2
അധിനിവേശം ഇങ്ങെത്തുമ്പോൾ

പറങ്കികൾ കൊളോണിയൽ കുതന്ത്രങ്ങളുമായി അറബിക്കടൽ തീരത്തണയുന്ന പതിനഞ്ചാം നൂറ്റാണ്ടിൽ ഇന്നീ കേൾക്കുന്ന കേരള ത്തിന് വലിയ മേൽവിലാസമൊന്നുമുണ്ടായിരുന്നില്ല. ഇന്ന് നാം വരച്ചു കുറിക്കാറുള്ള കേരളം അന്ന് ചെറുതും വലുതുമായ തുണ്ടങ്ങളായിരു ന്നു. പരസ്പരമുള്ള മത്സരങ്ങളിലൂടെ കൊടുത്തും കൊണ്ടും ആധിപ ത്യം നിലനിർത്താനുള്ള തന്ത്രപ്പാടിലായിരുന്നു ഓരോ നാടുവാഴിയും. ചേരമാൻ പെരുമാൾ മക്കത്തേക്ക് പോയപ്പോഴോ മറ്റേതോ കാലത്ത് രാജ്യം തങ്ങൾക്ക് പങ്കുവച്ചു തന്നതാണെന്ന ന്യായവും പറഞ്ഞാണ് ഈ നാടുവാഴികളൊക്കെ കസേരയുറപ്പിച്ചത്. ഇവരൊക്കെ നാടിന്റെ മാനം കാക്കുന്നതിന് ചോരയും നീരും നൽകി എന്നാണ് നാം പഠിച്ചും പഠി പ്പിച്ചും പോരുന്നത്. ഇവരിൽ തെക്ക് വേണാട് രാജ്യവും മധ്യത്തിൽ കൊച്ചി രാജാവും വടക്ക് സാമൂതിരിയും അങ്ങെയറ്റത്ത് കോലത്തിരിയു മാണ് ഭരിച്ചിരുന്നത്. എല്ലാവരും വീരശൂരന്മാർ. ഇവരെ കൂടാതെ മുപ്പതി ലധികം കൊച്ചുകൊച്ചു രാജാക്കന്മാർ വേറെയും. ഇവരിൽ കേമനായി വന്നത് 'ചത്തും കൊന്നും അടക്കിക്കൊൾക' എന്നുപറഞ്ഞ് തന്റെ വാളും കൊടുത്ത് നെടിയിരുപ്പിലേക്ക് പെരുമാൾ പറഞ്ഞയച്ച ഏറാൾ നാട് ഉടെ വരായ സ്വാമി നമ്പ്യാതിരി തിരുമുൽപ്പാട് എന്ന സാമൂതിരിയാണ്. ഏതാ ണ്ട് പന്ത്രണ്ടാം നൂറ്റാണ്ടിൽ പോളനാട് രാജാവിന്റെ കൈയിൽനിന്ന് ഉപ്പിന്റെ നാടായ കൊക്കോഴിക്കോട് പിടിച്ച് അവിടെ കോഴിക്കോട് എന്ന നഗരവും സ്ഥാപിച്ച് കേരള രാജാക്കളിൽ അദ്ദേഹം കേമനായി മാറി. കോഴി എന്നാൽ തമിഴിൽ ഉപ്പ് എന്നർഥമുണ്ടെന്നും ചേരമാന്റെ കാലത്ത് ഈ പ്രദേശം ഉപ്പ് വാറ്റുന്ന സ്ഥലമായിരുന്നു എന്നും നെടിയിരുപ്പിൽ നിന്നും കടൽത്തീരത്തേക്ക് രാജ്യം വ്യാപിപ്പിക്കുന്നതിന്റെ ഭാഗമായാണ്

കൊള്ളാവുന്ന ഈ പ്രദേശം പോളനാട് രാജാവിൽനിന്ന് യുദ്ധം ചെയ്ത് കീഴടക്കിയതെന്നുമാണ് പറഞ്ഞുകേൾക്കുന്നത്. ചൈനക്കാർ കലിഫോ എന്നും അറബികൾ കാലിക്കുത്ത് എന്നും വിളിച്ചുവന്ന കോഴിക്കോട് സാമൂതിരിയുടെ ഭാഗ്യത്തിന് മലബാറിന്റെ ആസ്ഥാനമായി. സാമൂതിരി മാരുടെ സത്യസന്ധതയും സ്വഭാവവിശേഷങ്ങളും ഭൂപ്രകൃതിയും നാടിന്റെ സുരക്ഷിതത്വവും കോഴിക്കോടിനെ സമൃദ്ധമാക്കി. പതിമൂന്നാം നൂറ്റാണ്ടിൽ ബംഗാൾ ഉൾക്കടൽ തീരത്തെ മഅബാറിൽ ചോള ചേര ന്മാർ വഴക്ക് തുടങ്ങിയതോടെ കോഴിക്കോട് ആഗോളവ്യാപാര കേന്ദ്ര മായി. സമ്പത്തിലും സമൃദ്ധിയിലും സാമൂതിരി രാജാവ് എല്ലാവരെയും കവച്ചു വച്ചു.

ചോള ചേര രാജാക്കന്മാരുടെ കീഴിൽ വിദേശ വ്യാപാരരംഗത്ത് പരി ലസിച്ചിരുന്ന കായൽ പട്ടണം, നാഗപട്ടണം, കൊടുങ്ങല്ലൂർ തുടങ്ങിയ തുറമുഖങ്ങൾ ഭരണാധികാരികളുടെ തമ്മിൽത്തല്ലുകാരണം ക്ഷയിച്ചു എന്നുമാത്രമല്ല; വ്യാപാരത്തിന് സുരക്ഷിതത്വം നഷ്ടപ്പെടുകയും ചെയ്തു. അപ്പോഴാണ് വ്യാപാരികൾ സാമൂതിരിയുടെ നാട്ടിലേക്ക് വരാൻ തുടങ്ങിയത്. സാമൂതിരിയുടെ സത്യസന്ധത മനസിലാക്കാൻ മസ്കത്തു കാരനായ അറബി വ്യാപാരി അച്ചാർ ഭരണിയിൽ സ്വർണം സൂക്ഷിക്കാൻ കൊടുത്തെന്നും വർഷങ്ങൾ കഴിഞ്ഞ് അറബി മടങ്ങിവന്നപ്പോൾ ആ ഭരണി അതേപടി സാമൂതിരി രാജാവ് തിരിച്ചുകൊടുത്തെന്നുമുള്ള ഒരു കഥയുണ്ട്. ഇത് വിശ്വസിക്കാൻ കൊള്ളില്ലെങ്കിൽതന്നെ അക്കാലത്ത് മല ബാറിൽ വന്ന അറബികളും അല്ലാത്തവരുമായ സഞ്ചാരികളൊക്കെ സാമൂതിരിയുടെ സത്യസന്ധതയ്ക്ക് അടിവരയിടുന്നുണ്ട്.

എന്തായാലും കോഴിക്കോട് മഹാനഗരമായി. കടൽത്തീരത്ത് ലോക ത്തിന്റെ നാനാഭാഗത്തും ചരക്കുകളുമായി വരുന്ന പത്തേമാരികൾ നങ്കൂര മിട്ടിരിക്കുന്നു. തീരത്ത് നിറഞ്ഞുനിൽക്കുന്ന വ്യാപാരികളായ അറബി കൾ, ചൈനക്കാർ, ഗുജറാത്തികൾ, സിന്ധികൾ, ഒമാനികൾ, ഇറാ ഖികൾ, സിറിയക്കാർ, മിസ്രികൾ തുടങ്ങി വിവിധ നാട്ടുകാർ. തമിഴ്നാ ട്ടിലെ കേമന്മാരായ മരയ്ക്കാന്മാർ. പേർഷ്യക്കാരായ ഘോജാക്കന്മാർ. അറ ബിക്കടലിന്റെ തീരത്ത് തലയുയർത്തി നിൽക്കുന്ന കൂറ്റൻ പാണ്ടികശാ ലകൾ.... കേൾവിക്ക് എല്ലാംകൊണ്ടും സമൃദ്ധമായ മാവേലിനാടായിരുന്നു മലബാർ.

സാമൂതിരി സമ്പന്നനായത് അറബികളുമായുള്ള കച്ചവടത്തിലൂടെ യായിരുന്നു. കച്ചവടക്കാരിൽ സർവദേശക്കാരുമുണ്ട്. അറബികൾ കഴി ഞ്ഞാൽ പിന്നെ ചൈനക്കാരാണ്. ചൈനയിലെ മിങ്ങു രാജാക്കന്മാരുടെ പ്രതിനിധിയായി മാഹാൻ എന്ന ചൈനീസ് മുസ്ലീം സഞ്ചാരി പതിനാറാം നൂറ്റാണ്ടിൽ കോഴിക്കോട്ട് വന്നിരുന്നു. അദ്ദേഹമെഴുതിയ *യിങ്ഗ്യായ് ഷൈലാൻ* എന്ന കൃതിയിൽ സാമൂതിരിയുടെ സത്യസന്ധതയെക്കുറിച്ചും സഹിഷ്ണുതയെക്കുറിച്ചും ഏറെ പറയുന്നുണ്ട്. ചൈനീസ് സംഘങ്ങൾ അന്ന് കോഴിക്കോട്ട് സ്ഥിരമായി വന്നിരുന്നു. ചെങ്ഹോ എന്ന ചൈനീസ്

സഞ്ചാരി ഏഴുതവണ ഇന്ത്യയിൽ വന്നു. അദ്ദേഹം *സിയാങ് കൗഹോ
ങ് ഡിയാൻലു* എന്ന പുസ്തകവും എഴുതി. പറയാനുള്ളതൊക്കെ കാര്യ
മായി മലബാറിനെയും സാമൂതിരിയെയും കുറിച്ചുതന്നെ. സാമൂതിരി
കച്ചവടത്തിന്റെ കുത്തകാവകാശം മുസ്ലീങ്ങൾക്കാണ് നൽകിയത്.
അങ്ങനെയാണ് വ്യാപാരികളായ പേർഷ്യയിലെ ഖോജാമാരെ തുറമു
ഖാധിപന്മാരാക്കി ഷാഹ് ബന്ദർ ഖോജാ (സാബന്തർ കോയ) എന്ന
പേരും നൽകി അവരോധിച്ചത്. ഈ കോയക്കും കോഴിക്കോട്ടെ ഖാസി
ക്കും ഒരു നായർ മാടമ്പിയുടേതിനെക്കാൾ സ്ഥാനം സാമൂതിരി കൽപ്പി
ച്ചുരുളിയിരുന്നു.

കോഴിക്കോട് തുറമുഖം വികസിച്ചതോടെ തൊട്ടടുത്തുള്ള കൊച്ചു
തുറമുഖങ്ങളെല്ലാം സാമൂതിരി രാജാക്കന്മാർ സ്വന്തമാക്കിത്തുടങ്ങി. വിദേ
ശത്തുനിന്ന് ഇറക്കുമതി വർധിച്ചപ്പോൾ പകരം കയറ്റുമതി അനിവാര്യ
മായി. ഏറനാടിന്റെ ഉൾഭാഗങ്ങളിൽനിന്നുവരുന്ന ഉൽപ്പന്നങ്ങളൊന്നും
മതിയാവുന്നില്ല. ഇപ്പുറത്ത് വെള്ളാട്ടിരിനാട്ടിൽ ഉൽപ്പന്നങ്ങളേറെയുണ്ട്.
അങ്ങനെയാണ് വെള്ളാട്ടിരിയെ പടവെട്ടി ജയിക്കാനുള്ള സൂത്രം സാബ
ന്തർ കോയ സാമൂതിരിയുടെ കാതിൽ ഓതിക്കൊടുത്തത്. നായർ പട്ടാള
ത്തോടൊപ്പം മരയ്ക്കാന്മാരും കോയമാരും റെഡിയായി. സൈന്യം വെട്ട
ത്ത് നാടും കടന്ന് പൊന്നാനിയിലെ വെള്ളാട്ടിരി പ്രതിനിധിയായ തരു
മനശേരി രാജാവിനെയും തോൽപ്പിച്ച് അവിടന്നങ്ങോട്ട് തിരുനാവായയുടെ
കരയിലൂടെ പാലക്കാടുവരെ എത്തി.

പതിനാലാം നൂറ്റാണ്ടായപ്പോഴേക്ക് വള്ളുവനാട് രാജ്യംതന്നെ ഇല്ലാ
തായി. ഒപ്പം കൊച്ചുകൊച്ചു രാജ്യങ്ങളും സാമൂതിരിക്ക് അടിമപ്പെട്ടു.
കൊച്ചിവരെ സാമൂതിരി എന്ന പുന്തുറക്കോൻ ചത്തും കൊന്നും അടക്കി
വാണു. അതിനിടെ ചേരമാൻ അഭിമാനപൂർവം നടത്തിയിരുന്ന മാമാങ്ക
ത്തിന്റെ അവകാശവും വെള്ളാട്ടിരിയുടെ കൈയിൽനിന്ന് സാമൂതിരിയുടെ
കൈയിലെത്തി. ഭാരതപ്പുഴയുടെ കൈവഴികളിലൂടെ ഉൽപ്പന്നങ്ങൾ തുറ
മുഖങ്ങളിലേക്കൊഴുകി. കോഴിക്കോടിനോടൊപ്പംതന്നെ പൊൻവാനിപ്പു
ഴയോരത്തുള്ള പൊന്നാനിയും സമൃദ്ധമായി. പൊന്നാനി സാമൂതിരിയുടെ
തലസ്ഥാനവുമായി.

ഈ കാലത്തെക്കുറിച്ച് നമുക്ക് അറിവ് തരുന്നത് അക്കാലത്തെ
യാത്രാവിവരണങ്ങളും താളിയോലകളും പുരാവസ്തുക്കളുമാണ്. മൂക
സാക്ഷികളായി കോഴിക്കോട്ടെ മിസ്കാൽ പള്ളിയും തളിക്ഷേത്രവും
ഇന്നും നമുക്ക് മുത്തശ്ശിമാരെപ്പോലെതന്നെ ആ കഥ പറഞ്ഞുതരുന്നു.

അധിനിവേശ ദാഹികളായ പറങ്കികൾ വരുന്ന പതിനഞ്ചാം നൂറ്റാ
ണ്ടിന്റെ കഥ പറഞ്ഞുതരാൻ ഏറ്റവും നല്ലത് അക്കാലത്ത് മലബാർ സന്ദർ
ശിച്ച പേർഷ്യക്കാരനായ കമാലുദ്ദീൻ അബ്ദുറസാഖ് ബിൻ ജലാലുദ്ദീൻ
സമർഖന്ദിയാണ്. 1413 ൽ പേർഷ്യയിലെ ഹെറാത്തിൽ ജനിച്ച അബ്ദുറ
സാഖിന്റെ പിതാവ് മധ്യേഷ്യൻ ചക്രവർത്തി തിമൂറിന്റെ മകൻ
ഷാറുഖിന്റെ കൊട്ടാര ഖാസിയാണ്. പിതാവ് മരിച്ചപ്പോൾ അബ്ദുറസാഖ്

ഖാസിയായി. 1441 ൽ ഷാറുഖ് അദ്ദേഹത്തെ വിജയനഗര സാമ്രാജ്യ ത്തിലെ അമ്പാസിഡറായി അയക്കുന്നു. ഒപ്പം മലബാറിലെ രാജാവായ സാമൂതിരിയെ ഇസ്ലാമിലേക്ക് ക്ഷണിക്കുകയും വേണം. അത്രയ്ക്കും മുസ്ലീങ്ങളോട് അനുകമ്പയുള്ളയാളാണ് സാമൂതിരി. *മതലഉസ്ആദയ്ൻ* എന്ന യാത്രാക്കുറിപ്പിൽ മലബാറിലെ അനുഭവങ്ങളെ കാര്യമായിതന്നെ അബ്ദുറസാഖ് വിവരിക്കുന്നു. ക്രിസ്തുവർഷം 1442 ലെ നോമ്പു മാസ ത്തിൽ സഹോദരൻ മൗലാനാ അഫീഫുദ്ദീനും സ്നേഹിതരുമോടൊപ്പം ഹെറാത്തിൽനിന്ന് പുറപ്പെട്ട് കോഹിസ്താൻ, കിർമാൻ വഴി ഹൊർമൂ സിലും പിന്നെ മസ്കത്തിലും മൺസൂർവരെ അവിടത്തെ ചുടും കല ശലായ രോഗവും സഹിച്ച് കാത്തുനിന്നശേഷം നേരെ കോഴിക്കോട്ടേ ക്കും അദ്ദേഹം സഞ്ചരിച്ചു. ഇവിടത്തെ കാലാവസ്ഥയും ഹരിതാഭമായ ചുറ്റുപാടുകളും അദ്ദേഹത്തിന് സ്വർഗീയമായ അനുഭൂതി നൽകി. കോഴി ക്കോട്ടെ അലംകൃതമായ കൊട്ടാരത്തിനുള്ളിലെ വലിയ ഹാളിൽ ഉപവി ഷ്ടനായ അർധനഗനായ സാമൂതിരി രാജാവിനെയും ചുറ്റുംനിൽക്കുന്ന രണ്ടായിരത്തോളം വരുന്ന പരിവാരങ്ങളെയും അബ്ദുറസാഖ് വിസ്മയ ത്തോടെ നോക്കിക്കണ്ടു. താൻ കൊണ്ടുവന്ന ചില അമ്പാരിയണിഞ്ഞ ചുറുചുറുക്കുള്ള പടക്കുതിരയും കിന്നരിവച്ച തലപ്പാവും തൊപ്പിയും അദ്ദേഹം ഷാറുഖിന്റെ സമ്മാനമായി സാമൂതിരിക്ക് നൽകി.

കോഴിക്കോട്ടെ അനുഭവം അബ്ദുറസാഖ് വിവരിക്കുന്നതിങ്ങനെ:

പൊതുവെ സുരക്ഷിതമായ നഗരം. ഹൊർമൂസിലേതുപോലെ ഓരോ പട്ടണത്തിൽനിന്നും ഓരോ രാജ്യത്തുനിന്നും വ്യാപാരി കൾ ഇവിടെ ഒരുമിച്ചെത്തുകയാണ്. സമുദ്ര വ്യാപാര ദേശങ്ങ ളിൽനിന്നുള്ള വിലപിടിപ്പുള്ള വസ്തുക്കൾ ഇവിടെ വേണ്ടുവോള മുണ്ട്. അബിസിനിയ, സർബദ്, സൻസിബാർ തുടങ്ങി വിവിധ ദേശങ്ങളിൽനിന്നാണ് അവ കൊണ്ടുവരുന്നത്. പ്രവാചക പ്രഭു വിന്റെ തീരത്തുനിന്നും ഹിജാസിന്റെ മറ്റ് തുറമുഖങ്ങളിൽനിന്നും ഇവിടെ കപ്പലുകളെത്തുന്നു, ഈ നീണ്ട തീരത്തു നങ്കൂരമിടുന്നു. ഈ ടൗണിലെ അധികപേരും അവിശ്വാസികളാണ്. നല്ലൊരു ഭാഗം മുസ്ലീങ്ങളുമുണ്ട്. അവരിവിടെ സ്ഥിരവാസികളാണ്. അവർക്ക് രണ്ടു പള്ളികളുണ്ട്. അവിടെ അവർ ഓരോ വെള്ളിയാഴ്ചയ്ക്കും പ്രാർഥനയ്ക്കായി കണ്ടുമുട്ടുന്നു. അവർക്കൊരു ഖാസിയും ഇമാ മുമുണ്ട്. അവർ ഷാഫീ മാർഗക്കാരാണ്. നീതിയും സുരക്ഷിത ത്വവും ഇവിടെ ശക്തമാണ്. സമ്പന്നരായ വ്യാപാരികൾ കടലോര നാടുകളിൽനിന്നും ഇവിടെ കണക്കറ്റ ചരക്കുകൾ കൊണ്ടുവരു ന്നു. ചരക്കുകളിറക്കി ഒരു വിഷമവുമില്ലാതെ മാർക്കറ്റിലേക്കും അങ്ങാടിയിലേക്കും കൊണ്ടുപോവുന്നു. അക്കൗണ്ടുകൾ ചെക്ക് ചെയ്യണമെന്നോ ചരക്കുകൾക്ക് കാവൽ വേണമെന്നോ ഉള്ള ചിന്ത പോലും അവർക്കില്ല. കസ്റ്റംസ് ഹൗസിലെ ഓഫീസർമാർ തന്നെ

യാണ് ചരക്കുകളുടെ സംരക്ഷണം ഏറ്റെടുത്തിരിക്കുന്നത്. പകലും രാത്രിയും അവരത് ശ്രദ്ധിച്ചുകൊണ്ടേയിരിക്കും. ചരക്കു കൾ വിറ്റാൽമാത്രം നാൽപ്പതിലൊന്ന് ഡ്യൂട്ടി കൊടുക്കണം. വിറ്റി ല്ലെങ്കിലോ ഒന്നും കൊടുക്കേണ്ട.

മറ്റ് തുറമുഖങ്ങളിലൊക്കെ ഒരു സമ്പ്രദായമുണ്ട്. ഒരു കപ്പൽ തുറ മുഖം വിട്ട് കുറച്ചുദൂരം പോയാൽ ഏതോ ദൈവവിധിയാൽ എവി ടെയെങ്കിലും കരയ്ക്കണഞ്ഞെന്നിരിക്കട്ടെ. കരയ്ക്കെത്തേണ്ട താമസം കപ്പൽ കാറ്റുമൂലം കരയ്ക്കണഞ്ഞതാണെന്നുപറഞ്ഞ് കരക്കാർ കപ്പൽ കൊള്ളയടിക്കും. പക്ഷേ, കോഴിക്കോട്ട് ഏത് കപ്പൽ എവിടുന്നായാലും എങ്ങനെ അണഞ്ഞാലും സുരക്ഷിത മാണ്. മറ്റ് കപ്പലുകളെപ്പോലെതന്നെ അവർക്കും പരിഗണന ലഭി ക്കും. ഒരു ബുദ്ധിമുട്ടുമുണ്ടാവില്ല.

താൻ കോഴിക്കോട്ടെത്തുവാനുണ്ടായ കാരണം അബ്ദുറസാഖ് വിവ രിക്കുന്നതിങ്ങനെ:

സുൽത്താൻ ഷാറൂഖിന്റെ പേരും പെരുമയും മനസിലാക്കിയ സാമൂതിരി സുൽത്താന് കൊടുത്തയക്കാൻ കുറേ സമ്മാനങ്ങ ളൊക്കെ ഒരുക്കി ഒരു അമ്പാസിഡറെ പറഞ്ഞയച്ചു, ഒപ്പം ഒരു സന്ദേശവും: 'ഇവിടെ ഈ തുറമുഖത്ത് ഓരോ വെള്ളിയാഴ്ചയും ഓരോ ആഘോഷദിവസവും ഇസ്ലാമിക നിയമമനുസരിച്ച് ഖുതുബാ പാരായണം ചെയ്യുന്നു. അങ്ങയുടെ പേരും പദവിക ളുംകൊണ്ട് ഈ പ്രാർഥനയെ അലങ്കരിക്കാൻ തിരുമനസ്സ് ഞങ്ങൾക്ക് സമ്മതം തരണമെന്നപേക്ഷ.

സാമൂതിരി ഒരു മുസ്ലീം പണ്ഡിതനെയാണ് പറഞ്ഞയച്ചതെന്ന് അബ്ദുറസാഖ് പറയുന്നു. ഒരുപക്ഷേ, ഈ അമ്പാസിഡർ കോഴിക്കോട്ടെ ഖാസിയായിരിക്കണം. അദ്ദേഹം ബംഗാളിൽനിന്നുള്ള പ്രതിനിധികളോ ടൊപ്പം ഷാറൂഖിന്റെ കൊട്ടാരത്തിലെത്തി. നല്ല പ്രസംഗ പാടവമുള്ള ഈ അമ്പാസിഡർ സന്ദേശം കൈമാറുകയും സ്ഥിരമായി ഒരു പ്രതിനിധിയെ കോഴിക്കോട്ടേക്ക് അയക്കാൻ ദയവുണ്ടാവണമെന്ന് ആവശ്യപ്പെടുകയും ചെയ്തു. കഴിയുമെങ്കിൽ സാമൂതിരി രാജകുമാരനെ "ഇസ്ലാമിലേക്ക് ക്ഷണിച്ച് അദ്ദേഹത്തിന്റെ മേഘാവൃതമായ ഹൃദയത്തിൽനിന്ന് തെറ്റിന്റെ യും ഇരുട്ടിന്റെയും കതകു നീക്കി അവിടെ വിശ്വാസത്തെ പ്രകാശിപ്പി ക്കണം. ഹൃദയത്തിന്റെ ജനവാതിലിലൂടെ വിജ്ഞാനത്തിന്റെ സൂര്യവെളി ച്ചത്തെ പ്രവേശിപ്പിക്കണം. നിസ്സംശയം, ഇത് ഏറ്റവും നന്മ നിറഞ്ഞതും പ്രതിഫലപ്രദവുമായ ഒരു പ്രവൃത്തിയായിരിക്കും." അങ്ങനെയാണ് അബ്ദുറസാഖ് അമ്പാസിഡറായി സാമൂതിരിയുടെ സമക്ഷത്തിങ്കലെ ത്തുന്നത്.

അബ്ദുറസാഖിന് കേരളത്തിലെ കറുത്തജനങ്ങളെ തീരെ പിടിച്ചി ല്ലെന്ന് തോന്നുന്നു: "മനുഷ്യനോ ചെകുത്താനോ അല്ലാത്ത അസാധാ രണ ജീവികൾ. അവരെ കാണുമ്പോൾ മനസിൽ ഭയപ്പാട്. സ്വപ്നത്തി ലാണ് ഇവരെ കാണുന്നതെങ്കിൽ വർഷങ്ങളോളം എന്റെ ഹൃദയം പിടിച്ചു കൊണ്ടിരിക്കും." കോണകമുടുത്തുനിൽക്കുന്ന സാക്ഷാൽ മലബാറിയെ പുച്ഛത്തോടെയാണ് അബ്ദുറസാഖ് കാണുന്നത്. അന്ന് ഭൂരിപക്ഷം ജന ങ്ങളും അങ്ങനെയായിരുന്നു. മുസ്ലീങ്ങൾ അറബി ആചാരങ്ങൾ നില നിർത്തിയിരുന്നതായും നീണ്ടവസ്ത്രം ധരിച്ചിരുന്നതായും അദ്ദേഹം രേഖപ്പെടുത്തുന്നു. തീരപ്രദേശത്ത് താമസമാക്കിയ വിദേശീയരായ മുസ്ലീങ്ങളെ കുറിച്ചായിരിക്കും അദ്ദേഹം ഇപ്പറഞ്ഞത്. തദ്ദേശീയ മുസ്ലീങ്ങൾ വളരെ കുറവായിരുന്നല്ലോ. മലബാറിലെ ബഹുഭർതൃത്വം അദ്ദേഹത്തെ അത്ഭുതപ്പെടുത്തി.

മലബാറിൽ നിലനിന്നിരുന്ന സാമൂഹിക ആചാരങ്ങളെപ്പറ്റി അന്ന ത്തെ യാത്രാവിവരണങ്ങളിൽ സകൗതുകം വിവരിക്കുന്നുണ്ട്. ബർ ബോസ പതിനഞ്ചാം നൂറ്റാണ്ടിൽ പതിനെട്ട് ജാതിക്കാരെ മാത്രമേ കാണു ന്നുള്ളൂ. ഒറ്റമുണ്ടും കോണകവും മാത്രമുടുത്ത അന്നത്തെ രാജാക്കന്മാരെ പ്പറ്റി അദ്ദേഹത്തിന് ഏറെ പറയാനുണ്ട്. രാജാക്കന്മാരുടെ കൗപീനം സിൽക്ക് കൊണ്ടുള്ളവയായിരുന്നു. മുടി തലയിൽ കെട്ടിവയ്ക്കുന്ന പതിവ് (കുടുമ) സാർവത്രികം. രാജാക്കന്മാർപോലും ചെരിപ്പ് ധരിക്കി ല്ല. ചിലർ തുർക്കികളെപ്പോലെ വലിയ മീശ വയ്ക്കും. താടിവടിക്കും. ആണുങ്ങളും പെണ്ണുങ്ങളും കാതുകുത്തി കടുക്കനിടും. കൈമുട്ടിന് താഴെ സ്ത്രീകൾ പലതരം വളകളണിയും. വള ആണുങ്ങൾക്കും കാണും. രാജാവ് അരയിൽ ഏലസും വിരലുകളിൽ മോതിരവും അണി യും. മാറത്തും തോളിലും നെറ്റിയിലും കുറിവരയ്ക്കും. ചാണകംകൊണ്ട് വൃത്തിയാക്കിയ കട്ടിലിലാണത്രേ രാജാവ് ഇരിക്കാറ്. രാജാക്കന്മാർ വിവാഹം കഴിക്കാറില്ലെന്നും മറിച്ച് വെപ്പാട്ടികളെ പുലർത്തുമെന്നുമാണ് ബർബോസ പറയുന്നത്. "സംബന്ധം" പരിപാടിക്കൊരു കുറവും അന്ന് മലബാറിലില്ലത്രേ. ഒരാൾക്ക് എത്ര പേരെയും വേളി കഴിക്കാം. പെണ്ണിന് എത്ര പുരുഷന്മാരെയും ആവാം. അക്കാര്യത്തിൽ ഒരു നിയന്ത്രണവുമി ല്ലാത്ത നാട് അന്ന് മലബാർ തന്നെ. അന്നത്തെ സ്ത്രീപുരുഷന്മാരുടെ വേഷവും നടപ്പും പെണ്ണുങ്ങളുടെ താലപ്പൊലിയും വെറ്റിലമുറുക്കും എല്ലാം വിസ്മയത്തോടെ ബർബോസ വിവരിക്കുന്നു. മരണശേഷമുള്ള ആചാരങ്ങളും ചടങ്ങുകളും വരച്ചുകാട്ടുന്നുണ്ട്. രാജാവിന് ചുറ്റും നാരീ മണികൾ നൃത്തം വയ്ക്കുന്നതും വെഞ്ചാമരം വീശുന്നതും സുന്ദരികൾ വെറ്റിലയിൽ ചുണ്ണാമ്പ് തേച്ച് രാജാവിന്റെ വായിൽ വയ്ക്കുന്നതും രാജാവ് മുറുക്കിത്തുപ്പുന്നതും ബഹുരസകരം. കള്ളന്മാരെ തിരിച്ചറിയാൻ തിളയ് ക്കുന്ന എണ്ണയിൽ കൈമുക്കി തീരുമാനിക്കുന്ന ഒരേർപ്പാടുണ്ട്. കൈ പൊള്ളിയാൽ ആൾ കള്ളൻ. ഇല്ലെങ്കിൽ നിരപരാധി. കള്ളൻ താണ ജാതിക്കാരനാണെങ്കിൽ കൊന്ന് ശരീരം വഴിയോരത്ത് പ്രദർശിപ്പിക്കുമ

ത്രേ. മറ്റു ജാതിക്കാർക്കും മുസ്ലിങ്ങൾക്കും കുറേ ഇളവുകളൊക്കെയു
ണ്ട്. മുസ്ലീങ്ങളുടെ കളവ് തെളിയിക്കാൻ അവരോട് ചുടാക്കിയ മഴുവിൽ
നക്കാൻ പറയുമത്രേ. പൊള്ളുന്നില്ലായെങ്കിൽ ആൾ നിരപരാധി. ബർ
ബോസ പറയുന്നതൊക്കെ വിശ്വസിക്കാൻ പ്രയാസംതന്നെ. ഒരു മാടമ്പി
രാജാവിനെ ധിക്കരിക്കുകയോ താണജാതിക്കാരിയുമായി ബന്ധപ്പെടു
കയോ താണജാതിക്കാരോടൊപ്പം മദ്യപിക്കുകയോ ഒക്കെ ചെയ്താൽ
അവനെ കൊന്ന് പട്ടികൾക്കും കഴുകന്മാർക്കും ഇട്ട് കൊടുക്കും. സ്ത്രീ
കളെ സമൂഹം വളരെ ബഹുമാനിച്ചിരുന്നു. എന്ത് കുറ്റത്തിനും അവർക്ക്
വധശിക്ഷ നൽകിയിരുന്നില്ല. അവർക്കുള്ള പരമാവധി ശിക്ഷ ജാതിയിൽ
നിന്ന് പുറത്താക്കി മുസ്ലീങ്ങൾക്കോ ക്രിസ്ത്യാനികൾക്കോ വിൽക്കുക
യാണ്. അങ്ങനെ അവർ മതം മാറുന്നു. പെണ്ണ് വഴിതെറ്റി കുടുംബത്തെ
അപമാനിച്ചാൽ ആങ്ങളമാരോ മക്കളോ കൈകാര്യം ചെയ്തെന്നിരിക്കും.

പതിനാറാം നൂറ്റാണ്ടിൽ ശൈഖ് സൈനുദ്ദീൻ രചിച്ച *തുഹ്ഫ്ത്തുൽ
മുജാഹിദീനിലും* തദ്ദേശീയരായ ഹൈന്ദവരുടെ ജീവിതരീതി വിവരിക്കു
ന്നുണ്ട്. അനന്തരാവകാശം, യുദ്ധമുറകൾ, ജാതീയമായ ആചാരങ്ങൾ
എന്നിവയെക്കുറിച്ച് അതിശയോക്തിയില്ലാതെ സൂക്ഷ്മമായി അദ്ദേഹം
വിലയിരുത്തുന്നു. ബ്രാഹ്മണ സമുദായത്തിൽ കുടുംബത്തിലെ മൂത്ത
സഹോദരൻ മാത്രമേ കല്യാണം കഴിക്കൂ. അയാൾക്ക് സന്താനം ലഭിക്കു
ന്നില്ലെന്നുറപ്പായാൽ പിന്നെ രണ്ടാമത്തെയാൾക്ക് കഴിക്കാം. മറ്റ് സഹോ
ദരന്മാർക്ക് നായർസ്ത്രീകളെ ഇഷ്ടംപോലെ പ്രാപിക്കാം. നായർ സ്ത്രീ
കളുടെ മക്കൾക്ക് അച്ഛന്റെ സ്വത്തിൽ അവകാശമില്ല. കാരണം അച്ഛൻ
ആരാണെന്ന് തിട്ടപ്പെടുത്താൻ കഴിയില്ല. താണജാതിക്കാരായ സഹോ
ദരന്മാരും കുടുംബങ്ങളും എല്ലാവരുംകൂടി ഒരേ പെണ്ണിനെ ഭാര്യയായി
സ്വീകരിക്കുന്ന പതിവും മലബാറിലുണ്ടായിരുന്നു.

സ്ത്രീകളെക്കുറിച്ച് മഖ്ദൂം: ബ്രാഹ്മണ സ്ത്രീകളെ പുറത്ത് കാണാ
നേ കഴിയില്ല. നായർ സ്ത്രീകൾക്ക് എവിടെയും കയറിച്ചെല്ലാം. അവർ
ആണുങ്ങളെപ്പോലെ തന്നെ കഴിയും. അവർ അണിഞ്ഞൊരുങ്ങി ഒറ്റയ്ക്ക്
ഉത്സവങ്ങൾക്കും പരിപാടികൾക്കും ഒക്കെ പോവും. പുരുഷന്മാരെ ആകര്
ഷിക്കാനാണിത്. അങ്ങനെയാണ് സംബന്ധത്തിന് ആളെ കിട്ടിയിരുന്നത്.
വേഷത്തിൽ പുരുഷനും സ്ത്രീയും തമ്മിൽ വലിയ വ്യത്യാസമില്ല.
ആരും മാറ് മറയ്ക്കാറില്ല. ബ്രാഹ്മണർക്ക് നായർ സ്ത്രീകളുമായി 'സംബ
ന്ധ'പ്പെടാം. മറിച്ചായാൽ രണ്ടുപേരും ജാതിയിൽനിന്ന് പുറത്താവും.
താണജാതിയെ ബന്ധപ്പെട്ട സ്ത്രീക്കും ജാതിയിൽ സ്ഥാനമില്ല. ഇവർക്ക്
പിന്നെ ഇസ്ലാമിലോ ക്രിസ്തുമതത്തിലോ അഭയം തേടാം. ജാതിഭ്രഷ്ട്
മൂലം പലരും ഇസ്ലാമിലും ക്രിസ്തുമതത്തിലും അഭയം തേടിയിരുന്ന
കാര്യം പല സഞ്ചാരികളും രേഖപ്പെടുത്തുന്നു. താണജാതിക്കാരോട്
അറിഞ്ഞോ അറിയാതെയോ അടുത്തുപോയാൽ ജാതിയിൽനിന്ന് പുറ
ത്തുപോകും. ഇവർ ഒന്നുകിൽ നാട് വിടണം. അല്ലെങ്കിൽ മതം മാറണം.
ജാതിവ്യവസ്ഥമൂലം അധഃസ്ഥിതരെ സർവവിധേനയും അകറ്റിയിരു

നെങ്കിലും അന്യമതക്കാരോട് പ്രത്യേകിച്ചും മുസ്ലീങ്ങളോട് വല്ലാത്ത സൗഹൃദമാണ് സാമൂതിരി പ്രദർശിപ്പിച്ചതെന്ന് സമകാല കൃതികൾ വ്യക്തമാക്കുന്നു. പറങ്കികൾക്കെതിരെ ശൈഖ് സൈനുദ്ദീൻ എഴുതിയ *തഹ്‌രീള്* എന്ന യുദ്ധകാവ്യത്തിലും *തുഹ്ഫതുൽ മുജാഹിദീനിലും* പതി നാറാം നൂറ്റാണ്ടിന്റെ അവസാനം ഖാലി മുഹമ്മദ് എഴുതിയ *ഫത്ഹുൽ മുബീൻ* എന്ന യുദ്ധകാവ്യത്തിലും സാമൂതിരിയെ അങ്ങേയറ്റം വാഴ്ത്തുന്നു എന്ന് മാത്രമല്ല ഇസ്ലാംമതം പ്രചരിപ്പിക്കുന്നതിനുവേണ്ടി അദ്ദേഹം ചെയ്യുന്ന സേവനങ്ങൾ എടുത്തുപറയുകകൂടി ചെയ്യുന്നു. സൈനുദ്ദീൻ മഖ്ദൂം പറയുന്നതിങ്ങനെ:

> മുസ്ലീങ്ങൾക്ക് ഹിന്ദുക്കളുടെ ഇടയിൽ വലിയ ആദരവും മതിപ്പു മുണ്ട്. രാജ്യത്തിന്റെ നിർമാണവും പുരോഗതിയും പ്രധാനമായും മുസ്ലീങ്ങളിലൂടെയാണ് എന്നതാണ് ഇതിനൊരു പ്രധാന കാരണം. മുസ്ലീങ്ങൾക്ക് ജുമുഅയും പെരുന്നാൾ പോലുള്ള ആഘോഷ ങ്ങളും നടത്താൻ ഹിന്ദുക്കൾ സൗകര്യം ചെയ്തു കൊടുക്കുന്നു. ഖാസിമാർക്കും വാങ്കുവിളിക്കുന്നവർക്കും സർക്കാരാണ് ശമ്പളം കൊടുക്കുന്നത്. മുസ്ലീങ്ങൾക്കിടയിൽ അവരുടെ മതനിയമങ്ങൾ നടപ്പാക്കുന്നതിന് സർക്കാർതന്നെ പ്രത്യേക ഏർപ്പാടുകളും ചെയ്യു ന്നുണ്ട്. ജുമുഅ ഒഴിവാക്കാൻ സർക്കാർ ആരെയും അനുവദിക്കി ല്ല. ജുമുഅക്ക് പള്ളിയിൽ പോകാത്തവരെ ശിക്ഷിക്കുകയും അവ രിൽനിന്ന് പിഴ വസൂലാക്കുകയും ചെയ്യുന്നു. .....ഹിന്ദുക്കൾ ഇസ്ലാം സ്വീകരിക്കുകയാണെങ്കിൽ മറ്റ് ഹിന്ദുക്കൾ അതിന് തടസം നിൽക്കുകയോ അവരെ ഉപദ്രവിക്കുകയോ ചെയ്യില്ല. മറിച്ച് അവർ താണജാതികളിലെ അംഗങ്ങളായിരുന്നാൽപ്പോലും ഇസ്ലാം സ്വീ കരിച്ചുകഴിഞ്ഞാൽ മറ്റ് മുസ്ലീങ്ങളോടെന്നപോലെ ആദരപൂർവം പെരുമാറുകയാണ് പതിവ് (*തുഹ്ഫതുൽ മുജാഹിദീൻ*).

3

മാപ്പിളമാരുടെ രാഷ്ട്രീയചരിത്രം

മാപ്പിള മുസ്ലീം സമുദായം എന്നും കേരളത്തിലെ സാമൂഹിക വ്യവ സ്ഥയുടെ ഭാഗമായിരുന്നു. ഒരിക്കലും കേരളീയ ധാരയിൽനിന്ന് സമു ദായം മാറിനിന്നിട്ടില്ല. കേരളത്തിലെ ഭരണാധികാരികളുടെ തണലിലാണ് സമുദായം വളർന്നതും പന്തലിച്ചതുമെല്ലാം. അതോടൊപ്പം മുസ്ലീം സാന്നി ധ്യം കേരളത്തിലെ സാമൂഹിക സാംസ്കാരിക സാമ്പത്തിക പുരോഗ തിക്ക് ഏറെ ഉപകാരപ്പെടുകയും ചെയ്തു. കൊണ്ടും കൊടുത്തും കേര ളീയമായൊരു സാംസ്കാരം കെട്ടിപ്പടുക്കാൻ ഇന്നാട്ടിനെ സ്വന്തമാക്കിയ മുസ്ലീം സമുദായത്തിന് കഴിഞ്ഞു.

ഏത് ഭരണാധികാരിയാണോ തങ്ങൾക്ക് സംരക്ഷണം നൽകിയിരു ന്നത് ആ ഭരണാധികാരിയെ സഹായിക്കാനും അവർക്കായി യുദ്ധം ചെയ്യാനും അതാത് നാട്ടുരാജ്യങ്ങളിലെ മുസ്ലീങ്ങൾ തയാറായി. വെള്ളാ ട്ടിരിയും സാമൂതിരിയും തമ്മിൽ യുദ്ധമുണ്ടായപ്പോൾ വള്ളുവനാട് മുസ്ലീങ്ങൾ വെള്ളാട്ടിരി പക്ഷത്തും ഏറനാട്ടിലുള്ളവർ സാമൂതിരി പക്ഷത്തും നിലയുറപ്പിച്ചു. കൊച്ചി രാജാവുമായി യുദ്ധമുണ്ടായപ്പോഴും ഇതുതന്നെയായിരുന്നു സ്ഥിതി. ടിപ്പു മലബാർ സുൽത്താനായപ്പോൾ ഒരു മുസ്ലീം എന്ന നിലയ്ക്ക് ടിപ്പുവിനെ സഹായിക്കുകയായിരുന്നില്ല മുസ്ലീങ്ങൾ. അവർ ടിപ്പു–സാമൂതിരി കിടമത്സരങ്ങളിൽ സാമൂതിരിയുടെ പക്ഷത്തായിരുന്നു. മണത്തല മൂപ്പൻ സാമൂതിരിക്കുവേണ്ടി യുദ്ധംചെ യ്താണ് രക്തസാക്ഷിയായത്. രാജ്യത്തിന്റെ ക്ഷേമത്തിനായി അറബി നാടുകളുമായി ബന്ധപ്പെടാനും ആയുധമണിയാനും തയാറായ പാര മ്പര്യമാണ് കേരള മുസ്ലീങ്ങളുടേത്. വേറിട്ടുനിന്ന് രാജ്യകാര്യങ്ങളി ലൊന്നും ബന്ധപ്പെടാതെ മാറിനിൽക്കുന്ന ഒരു സമുദായമായിരുന്നെങ്കിൽ

മുസ്ലീങ്ങൾ കേരള ചരിത്രത്തിൽ അറിയപ്പെടാതെ പോവുമായിരുന്നു. രാഷ്ട്രീയരംഗത്തുനിന്ന് മാറി നിന്നപ്പോഴൊക്കെ അവർ ചരിത്രത്തിന്റെ പിന്നാമ്പുറങ്ങളിലേക്ക് തള്ളപ്പെടുകയായിരുന്നു.

അധിനിവേശവിരുദ്ധ യുദ്ധങ്ങളിലും സാമ്രാജ്യത്വവിരുദ്ധ യുദ്ധങ്ങ ളിലും മതം അനുശാസിക്കുംവിധം ശക്തമായ നിലപാടെടുത്തതുകൊ ണ്ടാണ് കേരള രാഷ്ട്രീയത്തിൽ കുഞ്ഞാലിമാരും ഉമർ ഖാസിയുമൊക്കെ ഇടം തേടുന്നത്. മലബാറിലെ മാപ്പിള സമരങ്ങൾ ചരിത്രത്തിന്റെ ഭാഗ മായതോടെയാണ് മുസ്ലീം സമുദായം അവഗണിക്കാനാവാത്ത ശക്തി യാണെന്ന് ഭരണാധികാരികളും എഴുത്തുകാരും മനസിലാക്കുന്നത്. ഈ സമുദായത്തെപ്പറ്റിയുള്ള ചരിത്രപഠനങ്ങളുടെ മുഖ്യഭാഗവും അവരുടെ രാഷ്ട്രീയ ചരിത്രവുമായി ബന്ധപ്പെട്ടതാണുതാനും. കേരളത്തെക്കുറി ച്ചുള്ള വിദേശ ചരിത്രകാരന്മാരുടെ പഠനം മുഖ്യമായും മുസ്ലീങ്ങളുടെ അധിനിവേശവിരുദ്ധ സമരങ്ങളുമായി ബന്ധപ്പെട്ടതാണ്. മലബാർ കലാപങ്ങളെ സംബന്ധിച്ച പഠനങ്ങൾ ഇന്നും തുടരുകയാണ്. മുസ്ലീങ്ങൾ കേരള ചരിത്രത്തിൽ അനശ്വരമാവുന്നതും രാഷ്ട്രീയമായ സംഭാവനക ളിലൂടെയാണ്.

തൊള്ളായിരത്തി ഇരുപത്തൊന്നിലെ കലാപത്തോടെ കേരളീയ മുസ്ലീം സമുദായത്തിൽ ഉണ്ടായ രാഷ്ട്രീയ ഗതിവിഗതികളാണ് ഇവിടെ പ്രതിപാദിക്കുന്നത്. സാമ്രാജ്യത്വവിരുദ്ധ പോരാട്ടങ്ങൾ അവരെ എങ്ങോ ട്ടൊക്കെ നയിച്ചുവെന്നുകൂടി നമുക്ക് പരിശോധിക്കാം.

1921 ലെ കലാപത്തിനുശേഷം മലബാർ മുസ്ലീങ്ങളുടെ രാഷ്ട്രീയ വീക്ഷണങ്ങളിൽ കാതലായ മാറ്റം കണ്ടുതുടങ്ങി. ഖിലാഫത് പ്രസ്ഥാന ത്തോടും കോൺഗ്രസിനോടും ഒട്ടിനിന്ന് ബ്രിട്ടീഷ് സാമ്രാജ്യത്വത്തിനെ തിരെ അണിനിരന്നതിന് അവർക്ക് കനത്ത വില നൽകേണ്ടി വന്നു. പക്ഷേ, കോൺഗ്രസാവട്ടെ മാപ്പിളമാരെ കൈവിടുകയായിരുന്നു. മഹാ ത്മാഗാന്ധിപോലും അനുഭാവപൂർവമായ നിലപാട് സ്വീകരിച്ചില്ലെന്ന് മാത്രമല്ല; മലബാർ പോരാട്ടങ്ങളെ സ്വാതന്ത്ര്യസമരമായി അംഗീകരി ക്കാൻ പാർട്ടി തയാറായതുമില്ല. കോൺഗ്രസിനോട് അടങ്ങാത്ത വെറു പ്പും വിദ്വേഷവും മാപ്പിളമാരിൽ പ്രകടമായി. എങ്കിലും അബ്ദുറഹ്മാൻ സാഹിബിന്റെ നേതൃത്വത്തിൽ കോൺഗ്രസിന് ഒരു ഉണർവുണ്ടാക്കാൻ ശ്രമമാരംഭിച്ചു. കോൺഗ്രസിന്റെ നയങ്ങളോടുള്ള വെറുപ്പ് അബ്ദുറഹ് മാൻ സാഹിബ് പരസ്യമായിത്തന്നെ പ്രകടിപ്പിച്ചുവെങ്കിലും സാമ്രാജ്യത്വ വിരുദ്ധ സമരത്തിന് കോൺഗ്രസിന് ആശ്രയിക്കുകയല്ലാതെ നിവൃത്തിയി ല്ലെന്ന് അദ്ദേഹം സമർഥിച്ചുപോന്നു. പാർട്ടിക്കുള്ളിൽ തന്നെയുള്ള വർഗീയ ഗ്രൂപ്പിന്റെ വിമർശനം സഹിച്ചും കോൺഗ്രസിനോടൊട്ടി നിൽ ക്കാൻ അദ്ദേഹം ശ്രമിച്ചു.

1928 ൽ പയ്യന്നൂരിൽ ചേർന്ന അഖിലേന്ത്യാ രാഷ്ട്രീയ സമ്മേളന ത്തിൽ ജവഹർലാൽ നെഹ്റുവായിരുന്നു അധ്യക്ഷൻ. ഇതേത്തുടർന്ന്

മലബാറിൽ രാഷ്ട്രീയ പ്രവർത്തനം വീണ്ടും സജീവമായി. 1930 ൽ പയ്യ
ന്നൂരിലും കോഴിക്കോട്ടും നടന്ന ഉപ്പുസത്യഗ്രഹത്തിൽ മാപ്പിളമാരും
സജീവമായി. താമസിയാതെ വടക്കൻ മലബാറിൽ കോൺഗ്രസിൽ ഭിന്നി
പ്പുണ്ടായി. ഒരുവിഭാഗം കോൺഗ്രസുകാർ സോഷ്യലിസ്റ്റ് പാർട്ടി രൂപീ
കരിച്ചു. കോൺഗ്രസിലെ മുസ്ലീങ്ങളിൽ ഒരുവിഭാഗം ഇവരെ പിന്തുണ
ച്ചു. ഇവർ മലബാർ കലാപത്തെ സ്വാതന്ത്ര്യസമരമായി അംഗീകരിച്ചു.
ഈ പാർട്ടിയാണ് കേരളത്തിലെ കമ്യൂണിസ്റ്റ് പ്രസ്ഥാനമായി രൂപാന്തര
പ്പെടുന്നത്.

മലബാർ കലാപത്തിനുശേഷം കോൺഗ്രസിൽ പലവിധേനയും
ചേരിതിരിവുകളുണ്ടായി. കേളപ്പജിയുടെ നേതൃത്വത്തിൽ രംഗത്തുവന്ന
വലതുപക്ഷ കോൺഗ്രസുമായി രാജിയാവാൻ അബ്ദുറഹ്മാൻ സാഹി
ബിന് കഴിഞ്ഞില്ല. അദ്ദേഹം ഇടതുപക്ഷ കോൺഗ്രസിന് നേതൃത്വം
നൽകി. ദേശീയ മുസ്ലീങ്ങളെന്നറിയപ്പെട്ട കോൺഗ്രസ് മുസ്ലീങ്ങൾ
അതിന് പിന്തുണയും നൽകി. ഇവരുടെ മുഖപത്രമായി 1924 ൽ *അൽ
അമീൻ* വാരിക പുറത്തുവന്നു. *അൽ അമീൻ* മാപ്പിളമാർക്കുവേണ്ടി
ശബ്ദിക്കുകയും അവരുടെ വ്യക്തിത്വം ഉയർത്തിപ്പിടിക്കുകയും ചെയ്തു.
മാതൃഭൂമി പത്രത്തിന്റെ വർഗീയ മനോഭാവത്തെയും *അൽ അമീൻ*
എതിർത്തു. 1920 ൽ സ്ഥാപിച്ച യങ് മുസ്ലീം അസോസിയേഷൻ സജീവ
മാവുകയും മാപ്പിളമാർ സംഘടിക്കേണ്ടതിന്റെ ആവശ്യകത ബോധ്യ
പ്പെടുത്തുകയും ചെയ്തു. 1930 ൽ വിവിധ മുസ്ലീം സംഘടനകൾ ചേർന്ന്
മുസ്ലീം മജ്ലിസ് രൂപപ്പെടുത്തി.

തലശ്ശേരിയിൽ അബ്ദുൽ സത്താർ സേട്ടുവിന്റെ നേതൃത്വത്തിൽ
മുസ്ലീം ചെറുപ്പക്കാർ ചേർന്ന് മുസ്ലീം ക്ലബുണ്ടാക്കിയത് താമസിയാതെ
മുസ്ലീം ലീഗായി രൂപാന്തരപ്പെട്ടു. ഈ സമയത്താണ് കൊച്ചിയിൽ കോൺ
ഗ്രസ് പ്രവർത്തകനായിരുന്ന സീതി സാഹിബ് അഭിഭാഷകനായി തല
ശ്ശേരിയിൽ വരുന്നതും മുസ്ലീം ക്ലബിൽ അംഗമാവുന്നതും. താമസിയാതെ
മുസ്ലീം ലീഗ് രാഷ്ട്രീയ ശക്തിയായി വളർന്നു. 1934 ൽ കേന്ദ്ര നിയമ
സഭാ അസംബ്ലിയിലേക്കുള്ള തിരഞ്ഞെടുപ്പിൽ സത്താർസേട്ട് കോൺഗ്ര
സുകാരനായ മുഹമ്മദ് അബ്ദുറഹ്മാനെ തോൽപ്പിച്ചു. മലബാറിലെ ഉന്ന
തരായ മുസ്ലീം ധനാഢ്യരൊക്കെ മുസ്ലീം ലീഗിന് പിന്തുണ പാടിയതോടെ
കോൺഗ്രസിൽനിന്ന് മുസ്ലീങ്ങൾ കൂടൊഴിയാൻ തുടങ്ങി. നികുതി കൊടു
ക്കുന്നവർക്ക് മാത്രം വോട്ടവകാശമുണ്ടായിരുന്ന അക്കാലത്ത് സാധാരണ
ക്കാരെക്കൊണ്ട് രാഷ്ട്രീയത്തിന് വലിയ നേട്ടമൊന്നുമുണ്ടായിരുന്നില്ല.
അബ്ദുറഹ്മാൻ സാഹിബിന്റെ അനുയായികളാവട്ടെ മിക്കപേരും വോട്ടി
ല്ലാത്ത സാധാരണക്കാരുമായിരുന്നു. സത്താർ സേട്ട് താമസിയാതെ
സർവേന്ത്യാ മുസ്ലീം ലീഗിന്റെ വർക്കിങ് കമ്മിറ്റിയിലെത്തി.

മുസ്ലീം ലീഗ് മലബാറിൽ

1937 ൽ തലശ്ശേരിയിൽവച്ച് മലബാർ ജില്ലാ മുസ്ലീം ലീഗിന് തുടക്ക മിട്ടു. പ്രസിഡന്റ് അറക്കൽ അബ്ദുറഹ്മാൻ ആലി രാജാ. സെക്രട്ടറി സത്താർ സേട്ടു. ഖജാൻജി സി പി ചെറിയ മമ്മുക്കേയി. അതേ വർഷം തന്നെ കണ്ണൂരിലെ അറക്കൽ കോമ്പൗണ്ടിൽവച്ച് ലീഗിന്റെ സമ്മേളനവും നടന്നു. മദിരാശി നിയമസഭയിലേക്ക് നടന്ന വാശിയേറിയ തിരഞ്ഞെടു പ്പിൽ കോഴിക്കോട്ടുനിന്ന് ഖാൻ ബഹാദൂർ ആറ്റക്കോയ തങ്ങൾ മുസ്ലീം ലീഗുകാരനായ പോക്കർ സാഹിബിനെ തോൽപ്പിച്ചത് ലീഗിന് ക്ഷീണ മുണ്ടാക്കി. ലീഗിനുവേണ്ടി മൗലാനാ ഷൗക്കത്തലിവരെ മലബാറിലെത്തി യെങ്കിലും കാര്യമുണ്ടായില്ല. സയ്യിദ് അബ്ദുറഹ്മാൻ ബാഫഖി തങ്ങ ളാണ് അന്ന് ബന്ധുവായ ആറ്റക്കോയ തങ്ങൾക്കുവേണ്ടി പ്രവർത്തി ച്ചത്. അധികം താമസിയാതെ ബാഫഖി തങ്ങളും ലീഗിലെത്തി. ലീഗിന് സാധാരണക്കാരിൽ വേരോട്ടമുണ്ടാക്കാനും ബഹുജനാടിത്തറ ശക്തമാ ക്കാനും തങ്ങളുടെ വരവോടെ സാധിച്ചു.

കോൺഗ്രസിലാവട്ടെ മുസ്ലിങ്ങളുടെ എണ്ണം കുറഞ്ഞുവന്നു. കൊച്ചി യിൽ മാത്രം വലിയ മാറ്റമുണ്ടായില്ല. കുറേ ഇടതുപക്ഷ കോൺഗ്രസു കാർ കമ്യൂണിസ്റ്റ് പാർട്ടിയിലെത്തി. 1934 ൽ *ചന്ദ്രിക* പത്രം പിറന്നതോടെ മുസ്ലീം കോൺഗ്രസുകാർ പ്രസിദ്ധീകരിച്ചിരുന്ന *അൽ അമീൻ* പത്ര ത്തിന്റെ പ്രചാരണം കുറഞ്ഞു. സി മുഹമ്മദ് സാഹിബ്, കെ എം സീതി സാഹിബ്, കെ കെ മുഹമ്മദ് ഷാഫി എന്നിവർ ലീഗിനുവേണ്ടി തൂലിക യേന്തി. *അൽ അമീന്റെ* പത്രാധിപർ കൂടിയായ അബ്ദുറഹ്മാൻ സാഹി ബാകട്ടെ കടംകൊണ്ട് വലഞ്ഞു. ഉപ്പി സാഹിബ്, എ കെ കാദർകുട്ടി, എ കെ കുഞ്ഞി മായൻ ഹാജി തുടങ്ങിയ പ്രമുഖർ ലീഗിലെത്തി, 1940 ൽ സർവേന്ത്യാ മുസ്ലീം ലീഗ് മുസ്ലീം സ്റ്റേറ്റ് രൂപീകരിക്കുന്നതിനുള്ള ലാഹോർ പ്രമേയം കൊണ്ടുവന്നതോടെ മലബാറിലും മുസ്ലീം ലീഗ് പാകിസ്ഥാനുവേണ്ടി നിലകൊണ്ടു. പാകിസ്ഥാൻ വാദത്തെ എതിർത്ത അബ്ദുറഹ്മാൻ സാഹിബിനും കോൺഗ്രസിനും മുസ്ലീം പിന്തുണ വീണ്ടും കുറഞ്ഞു. മുസ്ലീം ഭൂരിപക്ഷ പ്രവിശ്യകളെ ഒരു സ്റ്റേറ്റാക്കി മാറ്റി മുസ്ലീം സംസ്കാരം സംരക്ഷിക്കാനുള്ള അവസരമുണ്ടാക്കുകയെന്നതാ യിരുന്നു ലീഗിന്റെ ആവശ്യം. കോൺഗ്രസിന്റെ പ്രവിശ്യാ ഭരണത്തിനുകീ ഴിൽ മുസ്ലീം സംസ്കാരം അവഗണിക്കപ്പെടുന്ന സാഹചര്യമുണ്ടായപ്പോ ഴാണ് മുസ്ലീം നേതാക്കൾ ഇങ്ങനെയൊരാവശ്യം ഉന്നയിച്ചത്. ഇത് പിന്നീട് വിനയായിത്തീരുകയാണുണ്ടായത്.

1942 ഏപ്രിൽ 29ന് കോഴിക്കോട് നടന്ന ലീഗ് സമ്മേളനത്തിൽ ഖാൻ ബഹാദൂർ ആറ്റക്കോയ തങ്ങൾ, ബാഫഖി തങ്ങൾ തുടങ്ങിയവരൊക്കെ ലീഗ് സ്റ്റേജിൽ അണിനിരന്നു. യോഗം ലീഗിന്റെ ലാഹോർ പ്രമേയത്തിന് സർവ പിന്തുണയും നൽകി. മുസ്ലീം ലീഗ് നേതാക്കളായ ചൗധരി ഖലി

ഛുസമാൻ, ഇസ്മയിൽ സാഹിബ് എന്നിവർ മലബാറിലെത്തി. കോൺഗ്ര
സിന്റെയും ലീഗിന്റെയും പ്രവർത്തകർ തമ്മിൽ പലയിടത്തും കൈയാ
ങ്കളി നടന്നു. അബ്ദുറഹ്മാന്റെ യോഗങ്ങൾ ലീഗ് പ്രവർത്തകർ കലക്കി
ക്കളഞ്ഞു. അതിനിടയ്ക്ക് അബ്ദുറഹ്മാൻ സാഹിബ് ജയിലിലായത്
ലീഗിന് ഗുണകരമായി. രാജാജി മന്ത്രിസഭയിലെ മന്ത്രി യാക്കൂബ് ഹസൻ
മലബാറിൽ വന്നപ്പോൾ ലീഗ് അദ്ദേഹത്തിനെതിരെ ശക്തമായി രംഗത്ത്
വന്നു. തലശ്ശേരിയിൽ പ്രസംഗിച്ചുകൊണ്ടിരിക്കെ ലീഗ് നേതാവ് മക്കി
സാഹിബ് വേദിയിൽ കയറി യാക്കൂബ് ഹസന്റെ കഴുത്തിൽ കറുത്ത
മാലയിട്ടു. അബ്ദുറഹ്മാൻ സാഹിബിനെതിരെ സമുദായദ്രോഹി ഗോ
ബാക്ക് തുടങ്ങിയ മുദ്രാവാക്യങ്ങൾ ലീഗ് പക്ഷത്ത് സജീവമായി.

1945 ലെ തിരഞ്ഞെടുപ്പിൽ സേട്ടു സാഹിബിനെതിരെ മത്സരിക്കാൻ
അബ്ദുറഹ്മാൻ സാഹിബ് തീരുമാനിച്ചതായിരുന്നു. പക്ഷേ, വോട്ടേഴ്സ്
ലിസ്റ്റിൽ അദ്ദേഹത്തിന്റെ പേരുണ്ടായിരുന്നില്ല. പകരം പാലാട്ട് കുഞ്ഞി
ക്കോയ കോൺഗ്രസ് സ്ഥാനാർഥിയായി. മുസ്ലീം ലീഗ് അഖിലേന്ത്യാ
നേതാവ് സാദാ ലിയാഖത്തലി ഖാൻ തിരഞ്ഞെടുപ്പ് പ്രചരണാർഥം കോഴി
ക്കോട്ടെത്തി. ബാഫഖി തങ്ങളുടെ നേതൃത്വത്തിൽ വമ്പൻ സ്വീകരണം.
തിരഞ്ഞെടുപ്പിൽ പാലാട്ട് കുഞ്ഞിക്കോയയ്ക്ക് കെട്ടിവെച്ച തുകയും പോയി.
ആയിടയ്ക്കാണ് അബ്ദുറഹ്മാൻ സാഹിബ് മരണപ്പെട്ടത്. അതോടെ
മുസ്ലീം കോൺഗ്രസിന് നേതൃത്വമില്ലാതായി. തൊട്ടടുത്ത വർഷം നടന്ന
നിയമസഭാ തിരഞ്ഞെടുപ്പിൽ വിജയം ലീഗിനുതന്നെ. പോക്കർ സാഹിബ്
ഹസൻ കോയ, സീതി സാഹിബ് തുടങ്ങിയവർ മദ്രാസ് അസംബ്ലിയി
ലെത്തി. കോൺഗ്രസുകാർ പലയിടത്തും ലീഗുകാരുടെ മർദനത്തിനിര
യായി. കോൺഗ്രസ് സമ്മേളനങ്ങൾ ലീഗുകാർ അലങ്കോലപ്പെടുത്തി.

മദ്രാസ് അസംബ്ലിയിൽ പാകിസ്ഥാൻ വാദത്തോടൊപ്പം മാപ്പിള
സ്ഥാൻ എന്ന ആശയവും ലീഗ് അവതരിപ്പിച്ചു. പിന്നോക്കം നിൽക്കുന്ന
മാപ്പിളമാരുടെ ഉന്നമനത്തിനുവേണ്ടി ഒരു സ്റ്റേറ്റ് ആകാമെന്ന് ഇസ്മാ
യിൽ സാഹിബും സീതിസാഹിബും വാദിച്ചു നോക്കിയെങ്കിലും ഭാഷാ
പരമായി സ്റ്റേറ്റുകൾ വിഭജിക്കാനുള്ള ശ്രമമാണ് വിജയംകണ്ടത്.

അഖിലേന്ത്യാ മുസ്ലീം ലീഗിന്റെ ആവശ്യപ്രകാരം പാകിസ്ഥാൻ
രാഷ്ട്രമുണ്ടായെങ്കിലും ഇന്ത്യയിൽ അവശേഷിച്ച മുസ്ലീങ്ങൾക്ക് അത്
ഗുണകരമായിരുന്നില്ല. പാകിസ്ഥാനെ അനുകൂലിച്ചവരൊക്കെ പാകിസ്ഥാ
നിലേക്ക് പോവട്ടെ എന്ന നിലപാടാണ് കോൺഗ്രസ് എടുത്തത്. കോൺ
ഗ്രസുകാരായ മുസ്ലീങ്ങളും ലീഗിനെതിരെ ഇതായുധമാക്കി. കോൺഗ്ര
സിൽത്തന്നെ അവശേഷിച്ച മുസ്ലീങ്ങളോടും ചിറ്റമ്മ നയമാണ് പാർട്ടി
സ്വീകരിച്ചത്. കോൺഗ്രസ് പാർട്ടി മുസ്ലീങ്ങളുടെ ദേശക്കൂറ് നിരന്തരം
ചോദ്യം ചെയ്തു. വിഭജനകാലത്ത് പാകിസ്ഥാനിലകപ്പെട്ട മുസ്ലീങ്ങളെ
നാട്ടിലേക്ക് കൊണ്ടുവരാൻ രാജാജിവരെ ആവശ്യപ്പെട്ടിട്ടും കേന്ദ്ര
സർക്കാർ തയാറായില്ല. പകരം അവരെ പാകിസ്ഥാൻ ചാരന്മാരായി മുദ്ര

കുത്തി കണക്കറ്റ ദ്രോഹങ്ങളേൽപ്പിക്കുകയായിരുന്നു. ജനിച്ച മണ്ണിലേക്ക് തിരിച്ചുവരാൻ കഴിഞ്ഞില്ലെന്നുമാത്രമല്ല, എങ്ങനെയെങ്കിലും ഒന്ന് നാട്ടി ലെത്തിയാൽ തന്നെ അറസ്റ്റ് ചെയ്ത് ജയിലിലടയ്ക്കുകയായിരുന്നു. അതിനിടെ അധികാരം മോഹിച്ച് പല മുസ്ലീം ലീഗ് നേതാക്കളും പാകി സ്ഥാനിലേക്കു പോയി. മലബാറിൽനിന്ന് സത്താർ സേട്ടുവും പാകിസ്ഥാ നിലെത്തി. അദ്ദേഹം ഈജിപ്തിൽ പാകിസ്ഥാൻ അമ്പാസിഡറായി. മദ്രാസ് സ്റ്റേറ്റിലെ കോൺഗ്രസ് സർക്കാർ മലബാറിലെ ലീഗുകാരെ പീഡിപ്പിച്ചതിനെത്തുടർന്ന് നേതാക്കളധികവും ലീഗ് വിട്ടു. ഇസ്മായിൽ സാഹിബിന്റെ സാന്നിധ്യമാണ് മുസ്ലീങ്ങൾക്ക് തെല്ലൊരാശ്വാസം നൽകി യത്.

അതിനിടയ്ക്ക് ഹൈദരാബാദ് നൈസാം പാകിസ്ഥാന്റെ കൂടെ പോകാൻ ശ്രമം നടത്തി. അതിന് മാപ്പിളമാരുടെ പിന്തുണയും ഉണ്ടായി. കാരണം നൈസാമിന്റെ സൈന്യത്തിൽ നല്ലൊരു ഭാഗം മാപ്പിളമാരുണ്ടാ യിരുന്നു. കൂട്ടത്തിൽ കമ്യൂണിസ്റ്റ് മാപ്പിളമാരുമുണ്ട്. എന്നാൽ നൈസാ മിന്റെ പരാജയശേഷം പൊലീസിൽനിന്നും പട്ടാളത്തിൽനിന്നുമൊക്കെ മാപ്പിളമാരെ പിരിച്ചുവിടാൻ തുടങ്ങി. അറസ്റ്റ് ഭയന്ന് മുസ്ലീം ലീഗ് നേതാ ക്കൾ പലരും പാർട്ടിയിൽനിന്നുതന്നെ രാജിവച്ചു. മലബാറിൽ പൂക്കോയ തങ്ങൾ, ഹസൻകുട്ടി കുരിക്കൾ, ഇ എസ് എം ഹനീഫ സാഹിബ് തുടങ്ങി പലരും അറസ്റ്റ് ചെയ്യപ്പെട്ടു. കോൺഗ്രസ് ഭരണം ക്രൂരമായ അക്രമമാണ് മുസ്ലീം ലീഗുകാർക്കെതിരെ അഴിച്ചുവിട്ടത്. കോൺഗ്രസിൽ തന്നെയുള്ള മുസ്ലീങ്ങൾക്കുപോലും രക്ഷയുണ്ടായില്ല. പൊലീസ് സേന യിൽ മുസ്ലീങ്ങളെ എടുക്കരുതെന്ന് മദ്രാസിലെ കോൺഗ്രസ് സർക്കാർ കൽപ്പന തന്നെ പുറപ്പെടുവിച്ചു. മാപ്പിളമാർക്കുവേണ്ടി ശബ്ദിക്കാൻ ഒരു മാപ്പിള നേതാവും ഇല്ലാതെപോയി. മാപ്പിള സമുദായം ഏറ്റവും കൂടുതൽ പ്രതിസന്ധി നേരിട്ട സന്ദർഭമായിരുന്നു അത്.

1947 ൽ മുഹമ്മദ് ഇസ്മായിൽ സാഹിബിന്റെ നേതൃത്വത്തിൽ ഇന്ത്യൻ യൂണിയൻ മുസ്ലീം ലീഗ് വന്നെങ്കിലും മലബാറിൽ മാത്രമേ അത് വേരുപിടിച്ചുള്ളൂ. 1949 ൽ തിരുവിതാംകൂർ കൊച്ചിയിലെ മുസ്ലീം ലീഗ് ശാഖ തന്നെ പിരിച്ചുവിട്ടു. പിന്നീട് 1959 ലാണ് അത് പുനഃസ്ഥാപി ച്ചത്. സ്വാതന്ത്ര്യാനന്തരം ഇസ്മായിൽ സാഹിബിന്റെ നേതൃത്വത്തിൽ ലീഗിനെ നിലനിർത്താനുള്ള ശ്രമങ്ങൾ തകൃതിയായി. ഇതിനിടയിലും ഏറനാട്ടിലെ ഉപതിരഞ്ഞെടുപ്പിൽ മുസ്ലീം ലീഗ് സ്ഥാനാർഥി വിജയിച്ചു. 1952 ൽ പാർലമെന്റിലേക്ക് നടന്ന തിരഞ്ഞെടുപ്പിൽ ഒരേയൊരു മുസ്ലീം ലീഗുകാരനെയാണ് ഇന്ത്യാരാജ്യം സംഭാവന ചെയ്തത്. മലപ്പുറത്തു നിന്ന് വിജയിച്ച ബി പോക്കർ സാഹിബ്. അദ്ദേഹമൊറ്റൊരുത്തൻ ഇന്ത്യൻ മുസ്ലീങ്ങളുടെ ശബ്ദമായി. ബാഫഖി തങ്ങളുടെ കീഴിൽ മുസ്ലീം ലീഗ് ശക്തിപ്പെട്ട് വന്നു. തൊട്ടടുത്ത് നടന്ന മദിരാശി നിയമസഭാമണ്ഡല

ത്തിലേക്ക് നടന്ന തിരഞ്ഞെടുപ്പിൽ മലബാറിൽ അഞ്ച് സീറ്റുകളിൽ ലീഗ്
നേട്ടം കൊയ്തു.

കേരളപ്പിറവിക്കു ശേഷം

കേരളത്തിന്റെ പിറവിയോടെ മുസ്ലീം ലീഗ് സ്വാധീനശക്തിയായി.
ബാഫഖി തങ്ങൾ ലീഗിനെ സമ്പന്നരിൽനിന്ന് സാധാരണക്കാരിലെത്തി
ച്ചു. ഏറനാട്ടിലെ സാധാരണ മാപ്പിളമാർക്ക് ലീഗ് ആവേശമായി. പാണ
ക്കാട് പൂക്കോയ തങ്ങളുടെ സാന്നിധ്യം കൂടിയായപ്പോൾ മുസ്ലീം ജനം
കക്ഷിഭേദമെന്യേ ലീഗിനോടൊപ്പം ചേർന്നു. സുന്നി വിശ്വാസികളെ
കൂടുതലായി മുസ്ലീം ലീഗിനോടടുപ്പിക്കാൻ ബാഫഖി തങ്ങളുടെ സുന്നീ
ബന്ധവും സഹായകമായി. ആദ്യത്തെ കേരള തിരഞ്ഞെടുപ്പിൽ ലീഗ്
എട്ട് സീറ്റുകൾ നേടിയത് ലീഗിന്റെ വ്യക്തിത്വം ഉയർത്തി. കമ്യൂണിസ്റ്റ്
മന്ത്രിസഭയ്ക്കെതിരെയുള്ള സർവകക്ഷി വിമോചന സമരത്തിൽ മുസ്ലീം
ലീഗും പങ്കാളികളായി. പ്രധാനമന്ത്രി ജവഹർലാൽ നെഹ്റു ഈ മന്ത്രി
സഭ പിരിച്ചുവിട്ടതോടെ 1960 ഫെബ്രുവരിയിൽ വീണ്ടും തിരഞ്ഞെടുപ്പ്
വന്നു. ഇതിൽ ലീഗ് ചത്ത കുതിരയാണെന്ന് പറഞ്ഞ നെഹ്റുവിന്റെ
കോൺഗ്രസിനുതന്നെ ആ പാർട്ടി ഉറങ്ങിക്കിടക്കുന്ന സിംഹമാണെന്ന്
അംഗീകരിക്കേണ്ടിവന്നു. ലീഗിനെ കോൺഗ്രസ് കൂട്ടാളിയാക്കി. കൂട്ടു
മുന്നണിക്ക് 93 സീറ്റുകളും കമ്യൂണിസ്റ്റ് മുന്നണിക്ക് ഇരുപത്തൊമ്പതു
സീറ്റുകളും ലഭിച്ചു. ലീഗിന് പതിനൊന്ന് സീറ്റ്.

തിരഞ്ഞെടുപ്പിനെത്തുടർന്ന് കോൺഗ്രസിന് ലീഗിനോടുള്ള
വിരോധം മാറ്റിവയ്ക്കേണ്ടിവന്നു. കോൺഗ്രസിലെ മുസ്ലീങ്ങൾക്കാവട്ടെ
ഈ ബന്ധം രുചിച്ചതുമില്ല. "മുസ്ലീം ലീഗ് വർഗീയ കക്ഷിയാണെന്ന
പഴയ വാദഗതി ആവർത്തിക്കുന്നത് കേരളത്തിലെ ഒരു വലിയ വിഭാഗം
ജനങ്ങളെ അവഹേളിക്കലാവും" എന്ന് *മാതൃഭൂമി* മുഖപ്രസംഗമെഴുതി.
പക്ഷേ, കോൺഗ്രസ് തികഞ്ഞ വഞ്ചനാ നയമാണ് സ്വീകരിച്ചത്. മുസ്ലീം
ലീഗിന്റെ പിന്തുണവേണം; പക്ഷേ, മന്ത്രിയാവാനൊന്നും സമ്മതിക്കില്ല
എന്ന തീണ്ടാപ്പാട് നയമാണ് പാർട്ടി സ്വീകരിച്ചത്. മന്ത്രിസഭയിൽ ലീഗിനെ
എടുക്കാൻ പറ്റില്ല എന്ന മട്ടിൽ കോൺഗ്രസ് ഉറച്ചു നിന്നു. മുസ്ലീം ലീഗും
വിട്ടുകൊടുത്തില്ല. ലീഗിനെ മന്ത്രിസഭയിൽ എടുക്കണമെന്ന് എല്ലാ ഘടക
കക്ഷികളും പറഞ്ഞു. അവസാനം മുസ്ലീം ലീഗ് കോൺഗ്രസിന് കീഴട
ങ്ങിയെന്നേ പറയേണ്ടു; തങ്ങളെക്കൊണ്ട് ആരും വിഷമിക്കണ്ടാ എന്ന
മട്ടിൽ സ്പീക്കർ സ്ഥാനംകൊണ്ട് തൃപ്തിപ്പെടാൻ പാർട്ടി തയാറായി.
കോൺഗ്രസ് ലക്ഷ്യം വിജയിക്കുകയും ചെയ്തു. മുഖ്യമന്ത്രി പട്ടം
താണുപിള്ള. ഏക മുസ്ലീം മന്ത്രി കോഴിക്കോട്ടെ പി പി ഉമ്മർകോയ
(വിദ്യാഭ്യാസം). ലീഗിലെ കെ എം സീതി സാഹിബ് സ്പീക്കർ. 1961
ഏപ്രിൽ 17 ന് സീതി സാഹിബ് അന്തരിച്ചപ്പോൾ സ്പീക്കർ സ്ഥാനം
സി എച്ച് മുഹമ്മദ് കോയക്ക് നൽകാൻ മുസ്ലീം ലീഗ് തീരുമാനിച്ചു.

അന്നേരം കോൺഗ്രസ് വഞ്ചന മുസ്ലീം ലീഗിന് സഹിക്കാവുന്നതിലും അപ്പുറമായിരുന്നു. ലീഗിന്റെ ഭാരവാഹിത്വത്തിൽനിന്ന് രാജിവച്ചാലല്ലാതെ കോയാ സാഹിബിനെ സ്പീക്കറാക്കാൻ കഴിയില്ലെന്ന് കോൺഗ്രസ് തറപ്പിച്ചു പറഞ്ഞു. അവിടെയും മുസ്ലീം ലീഗ് വഴങ്ങി. കോയാ സാഹിബ് പാർട്ടി സ്ഥാനം രാജിവച്ച് സ്പീക്കറായി. സീതി സാഹിബിന്റെ മരണ ത്താൽ ഒഴിവുവന്ന കുറ്റിപ്പുറം സീറ്റിൽ കോൺഗ്രസ് റിബൽ സ്ഥാ നാർഥിയെ നിർത്തി ലീഗിനെ തോൽപ്പിക്കാൻ ശ്രമിച്ചെങ്കിലും ലീഗിലെ മുഹ്സിൻ തന്നെ തിരഞ്ഞെടുക്കപ്പെട്ടു. അവസാനം ലീഗ് കോൺഗ്രസ് മുന്നണിവിട്ടു. 1962 ലെ ലോക്സഭാ തിരഞ്ഞെടുപ്പിൽ ഒറ്റയ്ക്ക് മത്സരിച്ച ലീഗിന് രണ്ട് സീറ്റുകൾ ലഭിച്ചു. മഞ്ചേരിയിൽനിന്ന് ഇസ്മായിൽ സാഹിബും കോഴിക്കോട്ടുനിന്ന് കോയാ സാഹിബും.

1967 ലെ നിയമസഭാ തിരഞ്ഞെടുപ്പിൽ മുസ്ലീം ലീഗ് കമ്യൂണിസ്റ്റു പാർട്ടിയോടൊപ്പം ചേർന്നു. ഇ എം എസ് ബാഫഖി തങ്ങളുമായി ധാരണ യിലെത്തി. ഇതിൽ പ്രതിഷേധിച്ച് ലീഗ് നേതാവായ ഹസൻ ഗനിയുടെ നേതൃത്വത്തിൽ സമസ്ത കേരള മുസ്ലീം ലീഗ് ഉണ്ടായെങ്കിലും അത് ക്ലച്ച് പിടിച്ചില്ല. കോൺഗ്രസാവട്ടെ ക്രിസ്ത്യൻ പുരോഹിതന്മാരെ കണ്ട് പിന്തുണ ഉറപ്പിച്ചു. കാരണം കോൺഗ്രസ് മന്ത്രിസഭയിൽനിന്ന് ഒട്ടേറെ ആനുകൂല്യങ്ങൾ ക്രിസ്ത്യാനികൾ നേടിയിരുന്നു. ലോക്സഭാ തിരഞ്ഞെ ടുപ്പും ഇതോടൊപ്പം നടന്നു. ലോക്സഭയിലേക്ക് ലീഗുകാരായി ഇബ്രാ ഹിം സുലൈമാൻ സേട്ടുവും ഇസ്മായിൽ സാഹിബും തിരഞ്ഞെടുക്ക പ്പെട്ടു. ഒരു കോൺഗ്രസുകാരൻ മാത്രമാണ് എം പിയായത്. നിയമസഭ യിൽ കമ്യൂണിസ്റ്റുപാർട്ടികൾ 81 സീറ്റുകൾ നേടി. ലീഗിന് പതിനാലും കോൺഗ്രസിന് ഒമ്പത് സീറ്റുകളും ലഭിച്ചു. ലീഗിന് രണ്ടു മന്ത്രിമാരും ഒരു ഡപ്യൂട്ടി സ്പീക്കർ സ്ഥാനവും ലഭിച്ചു. കമ്യൂണിസ്റ്റ് മന്ത്രിസഭയിൽ മുസ്ലീങ്ങൾക്ക് പിന്നോക്കവിഭാഗമെന്ന നിലയ്ക്ക് നിരവധി ആനുകൂല്യ ങ്ങൾ ലഭിക്കുകയും ചെയ്തു. അതിൽ ഏറ്റവും പ്രധാനപ്പെട്ടതാണ് കലി ക്കറ്റ് യൂണിവേഴ്സിറ്റിയും മലപ്പുറം ജില്ലയും. രണ്ടിനെയും വർഗീയശക്തി കൾക്കൊപ്പം നിന്നുകൊണ്ട് കോൺഗ്രസ് എതിർത്തു. മലപ്പുറത്തെ പാകി സ്ഥാൻ ജില്ലയെന്നും സർവകലാശാലയെ പാകിസ്ഥാൻ സർവകലാശാ ലയെന്നും പരിഹസിച്ചു.

1969 ൽ ഇ എം എസ് മന്ത്രിസഭ പിരിച്ചുവിട്ടപ്പോൾ വലത് കമ്യൂ ണിസ്റ്റ് പാർട്ടിനേതാവ് അച്യുതമേനോന്റെ നേതൃത്വത്തിൽ പുതിയ മന്ത്രി സഭ വന്നു. ബാഫഖി തങ്ങളാണ് ഇതിന് അവസരമൊരുക്കിയത്. സി എച്ച് മുഹമ്മദ് കോയ ആഭ്യന്തരം, വിദ്യാഭ്യാസം എന്നിവ കൈകാര്യം ചെയ്തു. ഘടക കക്ഷികളുടെ തൊഴുത്തിൽക്കുത്തു കാരണം 1970 ൽ തന്നെ വീണ്ടും നിയമസഭാ തിരഞ്ഞെടുപ്പ് വന്നു. മുസ്ലീം ലീഗ് 12 സീറ്റ് നേടി.

1972 ഏപ്രിൽ നാലിന് ഖാഇദേ മില്ലത്ത് മരിച്ചു. മുസ്ലീം ലീഗിന് ഞെട്ടലുണ്ടാക്കിയെങ്കിലും ബാഫഖി തങ്ങൾ രക്ഷകനായി. ഖാഇദേ മില്ലത്തിന്റെ ഒഴിവിൽ സി എച്ച് മുഹമ്മദ് കോയ എം പി സ്ഥാനത്തെത്തി. ബാഫഖി തങ്ങൾ സംസ്ഥാന പ്രസിഡന്റായിരിക്കുമ്പോഴാണ് 1970 ൽ മുസ്ലീം എഡ്യൂക്കേഷൻ സൊസൈറ്റി (എം ഇ എസ്)യുമായി ലീഗ് ബന്ധം വിച്ഛേദിക്കുന്നത്. എം ഇ എസ് ജേർണലിൽ ശരീഅത്തിനെതിരായി ലേഖനം പ്രസിദ്ധീകരിച്ചതിന്റെ പേരിലായിരുന്നു വഴക്ക്. പണ്ഡിത സഭയായ സമസ്ത കേരള ജംഇയ്യത്തുൽ ഉലമയുടെ നിർദേശം മാനിച്ചായിരുന്നു ലീഗിന്റെ തീരുമാനം. ഈ മുറിവുണങ്ങാൻ ഏറെക്കാലം വേണ്ടി വന്നു. എം ഇ എസാവട്ടെ ഇത്തരം നീക്കങ്ങളിൽനിന്ന് മാറിനിന്ന് വിദ്യാഭ്യാസപ്രവർത്തനങ്ങളിൽ മുഴുകുകയും ചെയ്തു.

മുസ്ലീങ്ങളിലെ മുജാഹിദു വിഭാഗം മുസ്ലീം ലീഗിൽ അമിതമായ സ്വാധീനം നേടുന്നുവെന്നും പാർട്ടി സ്വാധീനം ഈ വിഭാഗം ദുരുപയോഗപ്പെടുത്തുകയാണെന്നും സുന്നികളിലൊരു വിഭാഗം ആരോപിച്ചത് ലീഗ് നേതൃത്വത്തിന് തലവേദന സൃഷ്ടിച്ചു. ചന്ദ്രിക പത്രവും ആ വഴിക്കാണ് നീങ്ങിയത്. അതേസമയം ലീഗിന്റെ ശ്രമഫലമായി കൊണ്ടുവന്ന അറബി ഭാഷാ കോഴ്സുകളോട് രാജിയായി അത്തരം സ്ഥാപനങ്ങൾ തുടങ്ങാൻ ബാഫഖി തങ്ങൾ പണ്ഡിത സമൂഹത്തോട് അഭ്യർഥിച്ചെങ്കിലും മതപരമായ കാരണങ്ങൾ പറഞ്ഞ് പണ്ഡിതന്മാർ മാറിനിൽക്കുകയായിരുന്നു. ഇത്തരം അവസരങ്ങൾ മുജാഹിദ് വിഭാഗം ഉപയോഗപ്പെടുത്തുകയും വിദ്യാഭ്യാസരംഗത്തെ ആനുകൂല്യങ്ങൾ പരമാവധി തങ്ങൾക്കനുകൂല മാക്കുകയും ചെയ്തു. തങ്ങളവഗണിക്കപ്പെടുന്നതിന് പ്രധാന കാരണം മതേതര വിദ്യാഭ്യാസത്തിന്റെ അഭാവമാണെന്ന് മതരംഗത്ത് മാത്രം പ്രവർത്തിച്ച സുന്നി നേതൃത്വം വൈകിയാണ് മനസിലാക്കിയത്.

മുസ്ലീം ലീഗ് ഒരു ബ്ലോക്കായി നിലകൊള്ളുകയും കോൺഗ്രസ് കമ്യൂണിസ്റ്റ് മുന്നണികളുമായി മാറിമാറി ഭരണം പങ്കിടുകയും ചെയ്തത് സമുദായത്തിന്റെ നേട്ടം മാനിച്ചാണെന്ന ലീഗ് നേതൃത്വത്തിന്റെ ന്യായീകരണം ആദ്യകാലങ്ങളിൽ ഏറെക്കുറെ ശരിയായിരുന്നു. പിന്നീട് സി പി എം ലീഗിനെതിരെ ശക്തമായ നിലപാടെടുത്തപ്പോഴാണ് പാർട്ടിക്ക് കോൺഗ്രസിനെത്തന്നെ ആശ്രയിക്കേണ്ടിവന്നത്. ആദ്യം കോൺഗ്രസിന്റെ കൂടെനിന്നെങ്കിലും ലീഗിന് ഒരു സ്പീക്കർ സീറ്റ് നൽകാൻ പോലും കോൺഗ്രസ് വിസമ്മതിച്ചുവെന്നത് കണ്ടല്ലോ? ഏറെ ക്കാലം കോൺഗ്രസിന്റെ കൂടെയാണ് പാർട്ടി നിന്നതെങ്കിലും ലീഗിന്റെ കമ്യൂണിസ്റ്റ് ബന്ധത്തിലൂടെയാണ് സമുദായം നേട്ടങ്ങൾ കൊയ്തെടുത്തത്.

അഖിലേന്ത്യാ മുസ്ലീം ലീഗ്

ബാഫഖി തങ്ങൾ കോയാ സാഹിബിനെ പാർലമെന്റിലേക്കയച്ചത്

സാഹിബിന് തന്നെ ഇഷ്ടപ്പെട്ടിരുന്നില്ല എന്നാണ് പിന്നീട് മനസിലാ
യത്. മുസ്ലീം ലീഗിനെ അഖിലേന്ത്യാതലത്തിൽ നട്ടുവളർത്തുകയായി
രുന്നു ബാഫഖി തങ്ങളുടെ ലക്ഷ്യം. പക്ഷേ, ബാഫഖി തങ്ങളെ പലരും
പറഞ്ഞ് പറ്റിച്ചതാണെന്നും മറ്റുമുള്ള പ്രചാരണങ്ങളുണ്ടായി. അതൊന്നും
കേട്ടിരിക്കാൻ അദ്ദേഹത്തിനായില്ല. 1973 ജനുവരി 19ന് വിശുദ്ധ മക്ക
യിൽ വച്ച് ബാഫഖി തങ്ങൾ മരണപ്പെട്ടു. തുടർന്ന് പാണക്കാട് പൂക്കോയ
തങ്ങളെ പ്രസിഡന്റ് സ്ഥാനത്തേക്ക് തിരഞ്ഞെടുത്തു. അപ്പോഴേക്കും
പാർട്ടിയിൽ പിളർപ്പ് ഉരുണ്ടുകൂടി. ബാഫഖി തങ്ങളോടൊപ്പം നിന്നിരുന്ന
വിഭാഗത്തിന് മേൽക്കോയ്മ ഉണ്ടാവുമെന്ന ഘട്ടത്തിൽ ഒത്തുതീർപ്പ്
ചർച്ചകൾ ശക്തമായി. ഒത്തുതീർപ്പിനെത്തുടർന്ന് ചന്ദ്രിക പത്രാധിപത്യം
സി എച്ച് തന്നെ നിലനിർത്തി. തന്ത്രശാലിയായ കോയാ സാഹിബ് വീണ്ടും
എതിർവിഭാഗത്തിനെതിരെ കരുക്കൾ നീക്കുകയും അവരുടെ മേൽക്കോ
യ്മ ഇല്ലാതാക്കുകയും ചെയ്തു. ലീഗ് പിളരുമ്പോൾ പത്രവും ലീഗണി
കളും കോയാസാഹിബിനൊപ്പം നിന്നു. പൂക്കോയ തങ്ങളും സാഹി
ബിന്റെ പക്ഷത്തായി. ഇതോടെ മുസ്ലീം ലീഗ് രണ്ടായി. ഉമ്മർ ബാഫഖി
തങ്ങൾ, എം കെ ഹാജി, മമ്മുക്കേയി തുടങ്ങിയവരുടെ നേതൃത്വത്തിൽ
1974 ൽ അഖിലേന്ത്യാ മുസ്ലീം ലീഗുണ്ടായി. പതിനാറ് എം എൽ എ മാരിൽ
ആറ് പേർ അഖിലേന്ത്യാ ലീഗിന്റെ കൂടെനിന്നു. എന്നാൽ തിരഞ്ഞെടു
പ്പുകളിൽ അഖിലേന്ത്യാ ലീഗ് പലപ്പോഴും തോൽക്കുകയായിരുന്നു. ഏറ
നാട്ടിൽ പാണക്കാട് തങ്ങൾക്കുണ്ടായിരുന്ന സ്വാധീനം തന്നെയായിരുന്നു
മുഖ്യകാരണം. ഇരു ലീഗുകളും തമ്മിലുള്ള ശത്രുത കൂടിവന്നു. 1975
ൽ ഇന്ദിരാഗാന്ധി അടിയന്തിരാവസ്ഥ പ്രഖ്യാപിച്ചപ്പോൾ യൂണിയൻ
ലീഗിന്റെ ശ്രമഫലമായി അഖിലേന്ത്യാ ലീഗ് നേതാക്കളെയൊക്കെ ജയി
ലിലടച്ചു. അഖിലേന്ത്യാലീഗിന്റെ മുഖപത്രമായ *ലീഗ് ടൈംസ്* അടച്ചു
പൂട്ടിക്കാൻ ശ്രമിച്ചെങ്കിലും സാധിച്ചില്ല. പി എം അബൂബക്കർ 1977 ലെ
നായനാർ മന്ത്രിസഭയിൽ മൂന്നു വർഷം മന്ത്രിയായതാണ് അഖിലേന്ത്യാ
ലീഗിന്റെ ഭരണനേട്ടം. പാർട്ടി അനുദിനം ക്ഷയിച്ചുവന്നു. അതിനിട
യ്ക്കാണ് ശരീഅത്ത് വിവാദം മറയാക്കി അഖിലേന്ത്യാ ലീഗ് ഇടതുമു
ന്നണി വിട്ടത്. 1985 ആഗസ്റ്റ് നാലിന് ഇരുലീഗുകളും ഒന്നായി.

മാപ്പിളമാരും കമ്യൂണിസ്റ്റ്പാർട്ടിയും

മുസ്ലീം ലീഗ് ഒരു രാഷ്ട്രീയ പാർട്ടിയായി വളരുകയും മാപ്പിളമാർക്ക്
ആത്മവിശ്വാസം പകരുകയും ചെയ്തെങ്കിലും രാഷ്ട്രീയ ശക്തിക്കനു
സരിച്ച് സമുദായത്തിന്റെ സാമ്പത്തിക പിന്നോക്കാവസ്ഥ പരിഹരിക്കാ
നുള്ള ശ്രമങ്ങൾ പാർട്ടിയുടെ ഭാഗത്ത് നിന്നുണ്ടായില്ല. ഇത്തരം കാര്യ
ങ്ങളിൽ ശാസ്ത്രീയമായ കാഴ്ചപ്പാടുകളുള്ളവരും ലീഗ് നേതൃത്വത്തിലു
ണ്ടായില്ല. മലബാറിന്റെ പിന്നോക്കാവസ്ഥ പരിഹരിക്കാൻ സർക്കാറുകൾ
പദ്ധതികളുണ്ടാക്കിയെങ്കിലും മുസ്ലീം ലീഗ് ഇതിലൊന്നും കാര്യമായി

ശ്രദ്ധിച്ചില്ല. മുസ്ലീം സമ്പന്നർക്കും ജന്മിമാർക്കും എതിരായ നീക്കങ്ങൾക്ക് പാർട്ടിയുടെ പിന്തുണയുണ്ടായതുമില്ല. മാപ്പിളമാരിൽ വലിയൊരു വിഭാഗം കർഷകരായിരുന്നല്ലോ. വേണ്ടത്ര വിദ്യാഭ്യാസമില്ലാത്ത ഇവർക്ക് അവകാശങ്ങളെക്കുറിച്ചൊന്നും അറിവുണ്ടായില്ല. മതനേതൃത്വങ്ങളാവട്ടെ, മുസ്ലീങ്ങളുടെ ഭൗതികമായ പുരോഗതിയിൽ അശ്രദ്ധരായിരുന്നു. ആരാന്റെ പറമ്പിലും പാടത്തും കൃഷിചെയ്തുവന്ന മാപ്പിള കർഷകന് അതൊന്നും തനിക്കവകാശപ്പെട്ടതാണെന്നു പറഞ്ഞ് കൊടുക്കാനും ആരു മുണ്ടായില്ല. 1921 നുശേഷം മതനേതാക്കന്മാരും മുസ്ലീം ലീഗിനെപ്പോലെ സാമ്രാജ്യത്വ ഭക്തന്മാരായിത്തീർന്നു. തങ്ങൾ ചോര കൊടുത്ത കർഷക കലാപങ്ങളെ ഒന്ന് വാഴ്ത്താൻപോലും മതനേതാക്കളോ ലീഗോ കോൺ ഗ്രസോ അന്ന് തയാറായതുമില്ല.

1940 കളിൽ ശക്തിപ്രാപിച്ച കമ്യൂണിസ്റ്റ് സോഷ്യലിസ്റ്റ് പാർട്ടികൾ സാമ്രാജ്യത്വത്തിനെതിരെ എല്ലാ വിഭാഗക്കാരുടെയും കൂട്ടായ്മ സൃഷ്ടി ച്ചെടുത്തു. കമ്യൂണിസ്റ്റ് പാർട്ടിയുടെ വളർച്ചയിൽ യു പിയിലും ബംഗാ ളിലും പഞ്ചാബിലുമുള്ള നിരവധി മുസ്ലീങ്ങൾ സജീവ പങ്കുവഹിച്ചു. മുസ്ലീം ന്യൂനപക്ഷത്തിന്റെ ആവശ്യങ്ങളോട് അനുകൂലമായ നയമാണ് കമ്യൂണിസ്റ്റ് പാർട്ടി സ്വീകരിച്ചത്. കോൺഗ്രസ് മുസ്ലീങ്ങളെ അവഗണിച്ച പ്പോഴൊക്കെ കമ്യൂണിസ്റ്റ് പാർട്ടികൾ മുസ്ലീം ന്യൂനപക്ഷത്തിന്റെ രക്ഷയ് ക്കെത്തി. മലബാർ കലാപത്തിന്റെ കാര്യത്തിൽ ലീഗും കോൺഗ്രസും ചിറ്റമ്മ നയമാണ് സ്വീകരിക്കുന്നതെന്ന് 1942 ൽ എ കെ ഗോപാലൻ കുറ്റപ്പെടുത്തി. മലബാറിലെ മാപ്പിളമാരുടെ സമരങ്ങളോട് പുറന്തിരിഞ്ഞ് നിൽക്കുന്നവർക്ക് സ്വാതന്ത്ര്യത്തെക്കുറിച്ച് പറയാനവകാശമില്ലെന്നും എ കെ ജി പെരിന്തൽമണ്ണ സമ്മേളനത്തിൽ പ്രസ്താവിച്ചിരുന്നു. മാപ്പിള സമരത്തെ അനുകൂലിച്ചാൽ ബ്രിട്ടീഷ് ക്രോധത്തിനിരയാവുമെന്ന് അക്കാ ലത്ത് കോൺഗ്രസും ലീഗും ഒരുപോലെ ഭയപ്പെട്ടതാണ് ചിറ്റമ്മ നയ ത്തിന് കാരണം.

കമ്യൂണിസ്റ്റ് പാർട്ടിക്കെതിരെ ശക്തമായ നിലപാടാണ് സ്വാതന്ത്ര്യ ത്തിന്റെ തൊട്ടുടനെ മുസ്ലീം ലീഗ് സ്വീകരിച്ചത്. കമ്യൂണിസ്റ്റുകളുമായി കഠിന ശത്രുത പുലർത്തുന്ന കോൺഗ്രസിനെ പിണക്കുന്നത് തങ്ങൾ കൂടുതൽ ഒറ്റപ്പെടാനിടയാക്കുമെന്ന് മുസ്ലീം ലീഗും മനസിലാക്കിയിരുന്നു. കമ്യൂണിസ്റ്റുകളുമായി ഒരു ബന്ധത്തിനും ലീഗ് ഒരുക്കമല്ലെന്ന് കേന്ദ്ര നിയമ നിർമാണസഭയിൽ ഇസ്മായിൽ സേട്ട് പ്രസ്താവിച്ചു. കമ്യൂണിസ്റ്റ് പാർട്ടിയോട് വിശ്വാസികളായ മുസ്ലീങ്ങൾക്ക് ഒരുതരത്തിലും സഹകരി ക്കാനാവില്ലെന്ന് പാർട്ടി നേതാക്കൾ വ്യക്തമാക്കി. എന്നിട്ടും മാപ്പിള കർഷ കരിൽ കമ്യൂണിസ്റ്റു പാർട്ടിക്ക് വേരോട്ടമുണ്ടായി. 1957 ലെ ആദ്യതിര ഞ്ഞെടുപ്പിൽ മാപ്പിള കേന്ദ്രങ്ങളിൽ കമ്യൂണിസ്റ്റ് പാർട്ടി അഭുതപൂർവമായ വിജയം നേടി. പട്ടിണിക്കും തൊഴിലില്ലായ്മക്കുമെതിരെയുള്ള കൂട്ടായ്മ

യാണ് കമ്മ്യൂണിസ്റ്റുപാർട്ടി മുന്നോട്ടുവെച്ചത്. പാവപ്പെട്ട മാപ്പിള കർഷകർക്ക് കമ്മ്യൂണിസ്റ്റ് മുദ്രാവാക്യങ്ങൾ ഏറെ ആകർഷകമായി തോന്നി.

കമ്മ്യൂണിസ്റ്റുപാർട്ടി അധികാരത്തിൽ വന്നപ്പോൾ മന്ത്രിസഭയിലെ മുസ്ലീം മന്ത്രിയായി ടി എ മജീദ് (പൊതുമരാമത്ത് വകുപ്പ്) വന്നു. മാപ്പിള മാരുടെ വിശ്വാസവും ജീവിതവും സംരക്ഷിക്കുന്നതിനുള്ള പല നിയമ ങ്ങളും പാർട്ടി കൊണ്ടുവന്നു. പള്ളികളുണ്ടാക്കുന്നതിന് സർക്കാരിന്റെ മുൻകൂട്ടിയുള്ള അനുവാദം വേണമെന്ന നിയമം പിൻവലിച്ചു. ഏറെക്കാല മായി അനുമതി നിഷേധിച്ചിരുന്ന മലപ്പുറം നേർച്ചയ്ക്ക് അനുമതി നൽകി യെന്ന് മാത്രമല്ല. ആഘോഷത്തിന് സംരക്ഷണവും കൊടുത്തു. മാപ്പിള മാർക്ക് സർക്കാർ സർവീസുകളിൽ പത്തു ശതമാനം സംവരണം പ്രഖ്യാപിച്ചു. 1960 ലെ കാർഷികനിയമം മാപ്പിളമാർക്ക് വളരെ ഉപകാര പ്പെട്ടു. മാപ്പിളക്കർഷകർക്ക് കൃഷിഭൂമിയിൽ കൈവശാവകാശം ലഭിച്ചു. കുടിയാൻ സംരക്ഷണ നിയമങ്ങൾ മാപ്പിള കർഷകർക്ക് ആശ്വാസകര മായി. അവർക്ക് കൃഷിഭൂമി പതിച്ചുനൽകി. ഒരു മുസ്ലീം സംഘടനയും ഇത്തരം ആവശ്യങ്ങൾ ഉന്നയിക്കുകപോലും ചെയ്യാതെയാണ് ഇ എം എസ് സർക്കാർ ഈ പരിഷ്കരണങ്ങൾ കൊണ്ടുവന്നത്. അതേസമയം ചില മതനേതാക്കന്മാർ ജന്മിമാർക്കൊപ്പംനിന്ന് ഈ നിയമത്തെ എതിർക്കുക മാത്രമല്ല; പതിച്ചു നൽകുന്ന ഭൂമി സ്വീകരിക്കുന്നതും കൈവശാവകാശം സ്ഥാപിക്കുന്നതും മതവിരുദ്ധമാണെന്നുവരെ പറഞ്ഞു പോയി. പിന്നീടുവന്ന കാർഷിക പരിഷ്കരണങ്ങൾക്കും കമ്മ്യൂണിസ്റ്റ് സർക്കാരുകളാണ് താൽപ്പര്യം കാണിച്ചത്. കാരണം, കോൺഗ്രസുകാരി ലധികവും ജന്മിപക്ഷത്തായിരുന്നു.

1957 ലെ കമ്മ്യൂണിസ്റ്റു മന്ത്രിസഭയെ താഴെ ഇറക്കുന്നതിന് മറ്റുള്ള വരോടൊപ്പം മുസ്ലീം ലീഗും അണിചേർന്നു. കമ്മ്യൂണിസ്റ്റുകൾക്കെതിരെ യുള്ള മതവിരുദ്ധ ഫത്വകൾ എമ്പാടും പ്രത്യക്ഷപ്പെട്ടു. മതവിരുദ്ധരെ ഭരണത്തിൽനിന്ന് താഴെ ഇറക്കുക എന്ന മുദ്രാവാക്യമാണ് മുസ്ലീം ലീഗ് സ്വീകരിച്ചത്. കമ്മ്യൂണിസ്റ്റ് മന്ത്രിസഭയെ പിരിച്ചുവിട്ടശേഷം വന്ന കോൺ ഗ്രസ് മന്ത്രിസഭയാകട്ടെ, ലീഗിനെ പരിഗണിക്കാൻ കൂട്ടാക്കിയില്ല. ഒട്ടും സമയം പാഴാക്കാതെ കോൺഗ്രസ് ബാന്ധവം വിട്ട ലീഗ് തൊട്ടടുത്ത തിരഞ്ഞെടുപ്പിൽത്തന്നെ കമ്മ്യൂണിസ്റ്റുപാർട്ടിയുമായി ഐക്യപ്പെട്ടു. ഈ വിരോധാഭാസം പലരും ചോദ്യം ചെയ്തെങ്കിലും സമുദായ രക്ഷയ്ക്കു വേണ്ടി ഏതറ്റവുംവരെ പോവാമെന്ന നേതാക്കളുടെ ന്യായീകരണത്തിൽ തൽക്കാലം മുഖം രക്ഷപ്പെട്ടു. 1967 ൽ വന്ന ഇ എം എസ് സർക്കാർ മുസ്ലീം ലീഗിനെ മന്ത്രിസഭയിൽ ഉൾപ്പെടുത്തി രണ്ട് മന്ത്രിസ്ഥാനങ്ങൾ നൽകി. വിദ്യാഭ്യാസ വകുപ്പും തദ്ദേശ സ്വയംഭരണവകുപ്പും യഥാക്രമം കോയാ സാഹിബും അഹ്മദ് കുരിക്കളും ഏറ്റെടുത്തു. കോൺഗ്രസിന്റെ യും വർഗീയ ശക്തികളുടെയും കടുത്ത എതിർപ്പ് വകവെക്കാതെയാണ്

കമ്യൂണിസ്റ്റ് മന്ത്രിസഭ മാപ്പിളമാരുടെ പിന്നോക്കാവസ്ഥ പരിഹരിക്കാൻ മലപ്പുറം ജില്ല അനുവദിച്ചത്. അതേ കാലയളവിൽ മലപ്പുറം ജില്ല യിൽത്തന്നെ കോഴിക്കോട് സർവകലാശാലയും നിലവിൽവന്നു. വിദ്യാ ഭ്യാസ രംഗത്ത് മലബാറിന് ഏറെ നേട്ടങ്ങളുണ്ടാക്കാൻ ഇക്കാലത്ത് കഴി ഞ്ഞു. അറബി തസ്തികയിലൂടെ ഒട്ടേറെ മുസ്ലിങ്ങൾക്ക് സർക്കാരുദ്യോഗം കൈവരിക്കാൻ കഴിഞ്ഞു. കമ്യൂണിസ്റ്റുപാർട്ടി പിളർന്നതിനുശേഷം വലതു കമ്യൂണിസ്റ്റുപാർട്ടിയോടൊപ്പം ലീഗ് ഭരണം പങ്കിട്ടെങ്കിലും ഭരണ ത്തിൽ കോൺഗ്രസിന്റെ ശക്തമായ സാന്നിധ്യംകാരണം മാപ്പിള സമു ദായത്തിന് കൂടുതലായൊന്നും നേട്ടങ്ങളുണ്ടാക്കാൻ ലീഗിന് കഴിഞ്ഞില്ല. ലീഗ് നേതൃത്വത്തിന് സമുദായ പ്രതിബദ്ധത കുറഞ്ഞുവരികയും ചെയ്തു. കോൺഗ്രസ് ചേരിയിൽ നിന്നുകൊണ്ട് ഭരണം പങ്കുവച്ചു എന്ന തല്ലാതെ മാപ്പിള സമുദായത്തിനുവേണ്ടി ഒന്നും നേടിയെടുക്കാൻ പാർട്ടിക്ക് കഴിഞ്ഞില്ല.

1962 ൽ ഇന്ത്യൻ കമ്യൂണിസ്റ്റുപാർട്ടി ഇറക്കിയ *മാനിഫെസ്റ്റോയിൽ* ഇന്ത്യയിലെ ഏറ്റവും വലിയ ന്യൂനപക്ഷമായ മുസ്ലീങ്ങൾ ഏറ്റവും കൂടു തൽ ദുരിതമനുഭവിക്കുകയാണെന്നും എല്ലാം മൗനമായി സഹിക്കുന്നതി നാൽ അവരുടെ വേദനകൾ ആരും അറിയാതെ പോവുകയാണെന്നും പ്രസ്താവിച്ചു. 1967 ലെ പ്രകടന പത്രികയിലും കമ്യൂണിസ്റ്റുപാർട്ടികൾ മുസ്ലീം ന്യൂനപക്ഷത്തിന്റെ കാര്യം ഊന്നിപ്പറഞ്ഞു.

ബാബ്രീ പശ്ചാത്തലം

1980 കളുടെ അവസാനം ബാബ്രീ മസ്ജിദുമായി ബന്ധപ്പെട്ട സംഭവ ങ്ങളിൽ കോൺഗ്രസ് തികച്ചും മുസ്ലീം വിരുദ്ധമായ നിലപാടുകളാണ് സ്വീകരിച്ചത്. പള്ളി പൊളിക്കുന്നതിന് കൂട്ടുനിന്ന കോൺഗ്രസ് സർക്കാ റിന്റെ നയങ്ങളോട് രാജിയാവാൻ ലീഗ് തയാറായില്ല. മുസ്ലീം ലീഗിലെ തന്നെ ഒരുവിഭാഗം കോൺഗ്രസ് മുന്നണി ഉപേക്ഷിക്കാൻ ശക്തമായ സമ്മർദം ചെലുത്തി. 1987 ൽ ലീഗ് കോൺഗ്രസിനോട് വിടചൊല്ലിയെ ങ്കിലും മാർക്സിസ്റ്റ് പാർട്ടി അവരെ സ്വീകരിക്കാൻ തയാറായില്ല. ഗത്യ ന്തരമില്ലാതെ പാർട്ടി വീണ്ടും കോൺഗ്രസിനോടൊപ്പം ചേർന്നു. അതോ ടെ സമുദായത്തിനുവേണ്ടിയുള്ള ലീഗിന്റെ വിലപേശൽരാഷ്ട്രീയവും അവസാനിച്ചു. ബാബ്രിയുടെ കാര്യത്തിലുള്ള കോൺഗ്രസ് നിലപാടു കളെ പാർട്ടിക്ക് വിമർശിക്കാനും വയ്യാതായി. അതോടെ ഇബ്രാഹിം സുലൈമാൻ സേട്ടിന്റെ നേതൃത്വത്തിൽ ഒരുവിഭാഗം ലീഗിനോട് വിട പറഞ്ഞു. ഇവർ ചേർന്ന് 1994 ഏപ്രിൽ 22ന് ഇന്ത്യൻ നാഷണൽ ലീഗ് രൂപീകരിച്ചു. മുസ്ലീം ലീഗ് സർവ തന്ത്രങ്ങളുമുപയോഗിച്ച് നാഷണൽ ലീഗിനെ നേരിട്ടു. നാഷണൽ ലീഗിനാവട്ടെ, അവരുടെ നിലപാടുകൾ ജനങ്ങളിലെത്തിക്കാനും കഴിഞ്ഞില്ല. ഇടതുമുന്നണിയിൽ പ്രവേശം ലഭി ക്കാതിരുന്നതും നാഷണൽ ലീഗിന്റെ വളർച്ച മുരടിപ്പിച്ചു.

ബാബ്‌രീ സംഭവത്തിനുശേഷം മുസ്ലീം ലീഗ് തങ്ങളുടെ സ്ഥാന മുറപ്പിച്ചെങ്കിലും പാർട്ടിക്ക് ആശയങ്ങൾ നഷ്ടപ്പെടുകയായിരുന്നു. മുസ്ലീങ്ങളുടെ അവകാശങ്ങൾക്കുവേണ്ടി ശബ്ദിക്കുന്നതിനുപകരം കോൺഗ്രസുമായി ചേർന്നുപോകാനാണ് പാർട്ടി ആഗ്രഹിച്ചത്. ഇടതു മുന്നണിയിൽ ലീഗിന് സ്ഥാനം കൊടുക്കില്ലെന്നുറപ്പായപ്പോൾ പാർട്ടിക്ക് വിലപേശിക്കൊണ്ട് കോൺഗ്രസിനെ തങ്ങളുടെ ഇംഗിതത്തിന് നിർത്താ നായില്ല. മലപ്പുറം ജില്ലയിൽ ആര്യാടൻ മുഹമ്മദിന്റെ നേതൃത്വത്തിൽ കോൺഗ്രസ് ലീഗിനെ മുറിപ്പെടുത്തിക്കൊണ്ടിരുന്നു. എല്ലാം സഹിക്കാനാ യിരുന്നു പാർട്ടിയുടെ വിധി. ബാബ്‌രി പതനത്തിനുശേഷം കോൺഗ്രസി നുണ്ടായ തകർച്ച ലീഗിനെയും ബാധിച്ചു. 1996 ൽ 23 സീറ്റിൽ മത്സരിച്ച ലീഗിന് പതിമൂന്ന് സീറ്റുകൾ മാത്രമാണ് ലഭിച്ചത്. തൊട്ടുമുമ്പുള്ള 1991 ലെ തിരഞ്ഞെടുപ്പിൽ 22 സീറ്റിൽ മത്സരിച്ച് 19 സീറ്റ് നേടിയിരുന്നു. 2001 ലെ തിരഞ്ഞെടുപ്പിൽ ഇടതുമുന്നണിക്കെതിരായ വിധിയെഴുത്തിൽ 16 സീറ്റ് വാങ്ങി ആധിപത്യം നിലനിർത്തിയെങ്കിലും കോൺഗ്രസിന്റേതിൽ നിന്ന് വ്യത്യസ്തമായൊരു നയപരിപാടി പാർട്ടിക്കുണ്ടായില്ല. ഭരണ കാലത്ത് മുസ്ലീങ്ങൾക്കുവേണ്ടി ഒന്നുംചെയ്യാൻ കഴിഞ്ഞില്ലെന്ന് മാത്രമല്ല; മുസ്ലീങ്ങൾ നിരന്തരമായി ആവശ്യപ്പെട്ട നരേന്ദ്രൻ കമീഷൻ റിപ്പോർട്ട് യഥാവിധി നടപ്പാക്കാൻ കോൺഗ്രസ് സമ്മതിച്ചതുമില്ല. ലീഗിനോടുള്ള സമുദായത്തിന്റെ അരിശം 2004 ലെ ലോക്സഭാ തിരഞ്ഞെടുപ്പിൽത്തന്നെ പ്രകടമായി. ചരിത്രത്തിലാദ്യമായി മഞ്ചേരി ലോക്സഭാ മണ്ഡലം ലീഗിനെ കൈവെടിയുകയും അവിടെ സി പി എം സ്ഥാനാർഥി ടി കെ ഹംസ വിജയിക്കുകയും ചെയ്തു.

മുസ്ലീം ലീഗിന്റെ നിലനിൽപ്പിനെത്തന്നെ ചോദ്യംചെയ്യും വിധമാ യിരുന്നു ലീഗ് കോട്ടയിലേക്കുള്ള സി പി എമ്മിന്റെ കടന്നുകയറ്റം. ചില ലീഗ് നേതാക്കൾക്കെതിര മാധ്യമങ്ങളിൽ നിറഞ്ഞുനിന്ന സദാചാര വിരുദ്ധ സംഭവങ്ങളും പാർട്ടിയുടെ മുതലാളിത്ത സ്വഭാവങ്ങളും സാധാ രണക്കാരെ അകറ്റി. മുസ്ലീം വിഭാഗങ്ങളിൽ ചിലരോട് അവഗണനാ നയം സ്വീകരിച്ചതും പാർട്ടിയുടെ നിലവാരം കുറച്ചുകളഞ്ഞു.

2006 ലെ നിയമസഭാ തിരഞ്ഞെടുപ്പിൽ കോൺഗ്രസിനും ലീഗിനും കനത്ത പരാജയം ഏൽക്കേണ്ടിവന്നു. മുസ്ലീങ്ങൾ യു ഡി എഫിൽ നിന്ന കന്നത് ശ്രദ്ധേയമായി. മുന്നണിക്ക് മൊത്തം പതിനാല് മുസ്ലീം അംഗ ങ്ങളാണുണ്ടായിരുന്നത്. മുസ്ലീം ലീഗിനാവട്ടെ, കേവലം ഏഴ് അംഗങ്ങൾ മാത്രവും. ഇടതുമുന്നണിയിൽ സി പി എമ്മിന് മാത്രമായി 13 മുസ്ലീം അംഗങ്ങളുണ്ടായി. മുസ്ലീങ്ങളിൽ പാർട്ടി അത്രമാത്രം സ്വാധീനം നേടി യെന്ന് സിദ്ധം. ഇവരിൽ മൂന്നുപേരും മലപ്പുറം ജില്ലയിൽ നിന്നുള്ളവർ. കുറ്റിപ്പുറത്ത് ലീഗ് സെക്രട്ടറി പി കെ കുഞ്ഞാലിക്കുട്ടിയെ പരാജയപ്പെടു ത്തിയ കെ ടി ജലീലിന്റെ വിജയം ചരിത്ര സംഭവമായി വിലയിരുത്ത പ്പെട്ടു.

പി ഡി പി പോപ്പുലർ ഫ്രണ്ട്

ഹിന്ദു വർഗീയശക്തികളെ നേരിടുന്നതിനുവേണ്ടി അബ്ദുനാസർ മഅ്ദനിയുടെ നേതൃത്വത്തിൽ 1990 ൽ ഇസ്ലാമിക് സേവക് സംഘം രൂപീ കരിച്ചിരുന്നു. ഈ സംഘടന ഹിന്ദു തീവ്രവാദികളുടെ ശക്തമായ എതിർ പ്പിനിരയായി. മഅ്ദനിയുടെ തീവ്രവാദ പ്രസംഗങ്ങൾക്കെതിരെ സമുദായ ത്തിനകത്തുനിന്നുതന്നെ പ്രതിഷേധമുയർന്നതോടെ മഅ്ദനി ആ സംഘ ടന പിരിച്ചു വിടുകയും ഒരു മുസ്ലീം ദളിത് മുന്നണിക്ക് 1993 ൽ രൂപംകൊടു ക്കുകയും ചെയ്തു. ഇതാണ് പീപ്പിൾസ് ഡെമോക്രാറ്റിക് പാർട്ടി (പി ഡി പി). കോയമ്പത്തൂർ സ്ഫോടനക്കേസിന്റെ പശ്ചാത്തലത്തിൽ 1998 ൽ അറസ്റ്റ് ചെയ്യപ്പെട്ട മഅ്ദനി പത്തു വർഷത്തോളം വിചാരണപോലുമി ല്ലാതെ തടവുശിക്ഷയനുഭവിച്ചു. അദ്ദേഹത്തിന് പരോളിലിറങ്ങാനുള്ള അനുവാദംപോലും അന്നത്തെ മുഖ്യമന്ത്രി ശ്രീമാൻ ആന്റണി അനുവ ദിക്കാത്തത് വിവാദമായി. മുസ്ലീം ലീഗ് തന്റെ വിമോചന കാര്യത്തിൽ കള്ളക്കളിയാണ് നടത്തുന്നതെന്നും ആരോപണങ്ങളുയർന്നു. അതേ സമയം തന്റെ മോചനത്തിന് സി പി എം ആത്മാർഥത കാണിച്ചുവെന്ന് പറഞ്ഞാണ് മഅ്ദനി പൂർവ വൈരാഗ്യം മറന്ന് സി പി എമ്മിനെ തുണ ച്ചത്. പങ്കാളിത്തം കിട്ടിയില്ലെങ്കിലും അവരെ പിന്തുണച്ച പാർട്ടിയെ ഇല്ലാ താക്കാൻ കോൺഗ്രസും ലീഗും വർഗീയശക്തികളും ശ്രമിച്ചു. മഅ്ദനി യെ വീണ്ടും ജയിലിലടച്ചു. പി ഡി പിക്ക് മാപ്പിളമാരായ സാധാരണ ക്കാർക്കിടയ്ക്ക് സ്വാധീനമുണ്ട്. ശക്തമായ വാക്ധോരണിയാണ് തനിക്ക് മിത്രങ്ങളെയും ശത്രുക്കളെയും സൃഷ്ടിക്കുന്നത്.

സിമി എന്ന സംഘടന നിരോധിക്കപ്പെട്ടപ്പോൾ അവയുമായി ബന്ധ പ്പെട്ടു പ്രവർത്തിച്ചിരുന്ന ചിലർ 1993 ൽ രൂപംനൽകിയ നാഷണൽ ഡെമോ ക്രാറ്റിക് ഫ്രണ്ട് (എൻ ഡി എഫ്) എന്ന സംഘടന മാപ്പിളമാരിൽ തീവ്ര മായ രാഷ്ട്രീയ ഇടപെടൽ നടത്തിക്കൊണ്ടിരിക്കുന്നു. ആദ്യം പോപ്പുലർ ഫ്രണ്ട് എന്ന പേരിലും പിന്നീട് എസ് ഡി പി ഐ എന്ന പേരിലും രാഷ് ട്രീയരംഗത്ത് പ്രവർത്തിക്കുന്ന ഈ പാർട്ടി തുടക്കത്തിൽ മുസ്ലീം ലീഗിന്റെ രാഷ്ട്രീയ വ്യതിയാനങ്ങളെക്കുറിച്ചാണ് സംസാരിച്ചിരുന്നതെങ്കിലും പിന്നീട് ലീഗിനോടൊപ്പം ചേർന്ന് പ്രവർത്തിക്കുന്നതാണ് കണ്ടത്. മുസ്ലീം ലീഗിനെ തനിക്കാക്കി വെടക്കാക്കുന്ന നടപടിയാണ് ഇതെന്നും ചില രാഷ് ട്രീയ നിരീക്ഷർ വിലയിരുത്തുന്നു. ലീഗിന്റെ മതസൗഹൃദ ഭാവം പോപ്പു ലർ ഫ്രണ്ട് കൂട്ടുകെട്ടുമൂലം തകരാനും ഇടവന്നു. മുസ്ലീങ്ങളുടെയും ദളി തരുടെയും പിന്നോക്കവിഭാഗങ്ങളുടെയും സംരക്ഷണമാണ് പി ഡി പിയെ പോലെ എൻ ഡി എഫിന്റെയും ലക്ഷ്യമായി പറയുന്നത്. സ്വാതന്ത്ര്യം, നീതി, സുരക്ഷ എന്നതാണ് സംഘടനയുടെ മുദ്രാവാക്യം. മനുഷ്യാവ കാശ സംഘടനയുമായി ബന്ധപ്പെട്ട് പ്രവർത്തിച്ച എൻ ഡി എഫിന്റെ തീവ്രമായ നയങ്ങൾ എല്ലാ രാഷ്ട്രീയ പാർട്ടികളിലുംപെട്ട മുസ്ലീം യുവാ

ക്കളിൽ പലരേയും സ്വാധീനിക്കാൻ പര്യാപ്തമായി. മതസംഘടനകൾ എൻ ഡി എഫിനെതിരെ രംഗത്തുണ്ട്. ഈ സംഘടന പരമത വിദ്വേഷം പുലർത്തുന്നു എന്നതാണ് മുഖ്യ ആരോപണം. ഈ ആരോപണങ്ങൾ ഹിന്ദു ഫാസിസ്റ്റ് സൃഷ്ടിയാണെന്നാണ് പാർട്ടിനേതാക്കൾ അവകാശ പ്പെടുന്നത്. മുസ്ലീങ്ങൾക്കെതിരെ നടക്കുന്ന അവഗണനയ്ക്കെതിരെ ശക്തമായി പ്രതികരിച്ചുകൊണ്ട് മുസ്ലീം പിന്തുണ നേടുകയാണ് ഈ സംഘടനയുടെ തന്ത്രം. പാർട്ടിയുടെ തീവ്രവാദപരമായ നിലപാടുകൾ എല്ലാ മുസ്ലീം സംഘടനകളുടെയും ഇടതുപക്ഷത്തിന്റെയും ശക്തമായ വിമർശനത്തിന് വിധേയമായി.

ജമാഅത്തെ ഇസ്ലാമി നേതൃത്വം നൽകുന്ന സോളിഡാരിറ്റി എന്നൊരു രാഷ്ട്രീയ വേദി മുസ്ലീങ്ങൾക്കിടയിൽ പ്രവർത്തിച്ചുവരുന്നു. 2003 ൽ സ്ഥാപിച്ച ഈ പാർട്ടി ശ്രദ്ധേയമാവുന്നത് എക്സ്പ്രസ് ഹൈവേ, പ്ലാച്ചിമട സമരങ്ങളിലൂടെയാണ്. എല്ലാ തിന്മകൾക്കുമെതിരെ പോരാടുക എന്ന ലക്ഷ്യം പ്രഖ്യാപിച്ചുകൊണ്ടാണ് പാർട്ടി പ്രവർത്തിക്കുന്നത്. അതേ സമയം പ്രവർത്തനക്ഷമത കുറഞ്ഞുവന്ന ജമാഅത്തെ ഇസ്ലാമിയുടെ സന്ദേശം സജീവമാക്കാനും സംഘടനയ്ക്ക് അജണ്ടയുണ്ട്.

പരിഹാരമെന്ത് ?

മുസ്ലീങ്ങളുടെയും പിന്നോക്കക്കാരുടെയും ക്ഷേമത്തിനുവേണ്ടി നില കൊള്ളുന്ന പാർട്ടികൾക്ക് പഞ്ഞമില്ലാതാവുകയാണ്. പ്രകടനപത്രിക കളും ബൈലോകളും ഇക്കാര്യം അന്യത്ര പറയുന്നുണ്ട്. പക്ഷേ, പ്രവർ ത്തനരംഗത്ത് ഇതൊന്നുമല്ല കാണുന്നത്. ഒന്നുകിൽ കസേരയ്ക്കുള്ള വടംവലി അല്ലെങ്കിൽ പണത്തിനുവേണ്ടിയുള്ള മരണക്കളി. മുസ്ലീങ്ങളുടെ കാര്യം വരുമ്പോൾപോലും ഒന്നിച്ചുനിൽക്കാൻ ആർക്കും കഴിയുന്നുമില്ല. മുസ്ലീംലീഗ് ഒരുകാലത്ത് മുസ്ലീം സമുദായത്തെ ഒന്നിപ്പിച്ച് നിർത്തി. സൗഹൃദവും സംസ്കാരവും കാത്തുസൂക്ഷിക്കാൻ പാർട്ടി ഏറെ പാടു പെട്ടു. പക്ഷേ, ഇന്ന് പാർട്ടിക്കുപോലും വർഗീയത അരോചകമല്ലാതായി. മതസംഘടനകളെ ഭിന്നിപ്പിക്കുന്നതിനും പാർട്ടി കൂട്ടുനിന്നു. സദാചാര ബോധവും അന്യമല്ലാതായി. കോൺഗ്രസിന്റെ അജണ്ടകൾ നടപ്പാക്കാ നുള്ള പാർട്ടി എന്നതിൽക്കവിഞ്ഞ് മുസ്ലീങ്ങളുടെ വ്യക്തിത്വം സംരക്ഷി ക്കാനുള്ള ബാധ്യത ലീഗ് കൈയെഴിഞ്ഞു. ഫലമോ, സമുദായം രാഷ് ട്രീയമായി അസ്ഥിരപ്പെട്ടു. അവകാശ സംരക്ഷണത്തിന് മറ്റു പാർട്ടികളെ ആശ്രയിക്കേണ്ട സ്ഥിതിവിശേഷവും വന്നു. പുതിയതായി ഉദയം ചെയ്ത പാർട്ടികൾക്ക് മുസ്ലീംലീഗിനുണ്ടായിരുന്നതുപോലെ മതേതരവാദികൾ ക്കിടയിൽ അംഗീകാരമില്ലതാനും. ഇത് സമുദായം നേരിടുന്ന ഏറ്റവും

വലിയ പ്രതിസന്ധിയാണ്. ഇതര സമുദായങ്ങളെ ബോധ്യപ്പെടുത്താതെ മുസ്ലീം സമുദായത്തിന് ഒറ്റയ്ക്കങ്ങ് നീങ്ങാൻ കഴിയില്ല. ഈ മഹാരാജ്യത്തിന്റെ പാരമ്പര്യം അങ്ങനെയാണ്. മുസ്ലീങ്ങളുടെ നരകയാതന വിവരിച്ച് കണ്ണീരും പ്രതികാരബുദ്ധിയുമുണ്ടാക്കി ഐക്യപ്പെടുന്നത് ഒരു ഗുണവും ചെയ്യില്ല. പകരം മതനിരപേക്ഷവാദികളുടെ പിന്തുണകൂടി സമുദായത്തിന്റെ സംഘബോധത്തിനുണ്ടാവണം. ഇക്കാര്യം ഭരണഘടനയിലെ ഴുതിപ്പിടിപ്പിച്ചതുകൊണ്ട് കാര്യമായില്ല. മറിച്ച് പ്രവർത്തനരംഗത്ത് ഉണ്ടാവണം. സമുദായത്തിന്റെ പേരിൽ ജീവിക്കുന്ന രാഷ്ട്രീയ നേതൃത്വങ്ങൾ ഇക്കാര്യത്തിൽ തികച്ചും പരാജയപ്പെട്ടിരിക്കുന്നു.

രാഷ്ട്രീയരംഗത്ത് സമുദായത്തിന് ഇപ്പോൾ നല്ലത് മതേതര ശക്തികളോടൊപ്പം നിൽക്കുന്നതാണ്. 2009 ലെ തിരഞ്ഞെടുപ്പിൽ പാർലമെന്റിൽ സീറ്റ് കുറഞ്ഞതുതന്നെ അവർ കൊച്ചുകൊച്ചു പാർട്ടികളായി ഭിന്നിച്ചതുകൊണ്ടാണ്. മുസ്ലീം പാർട്ടികളെ കൂടെ നിർത്താൻ മതേതര പാർട്ടികൾ തയാറാവുന്നുമില്ല. മറ്റ് മതക്കാരുടെ വോട്ടുകൾ കുറഞ്ഞുപോകുമെന്ന ഭയംകൊണ്ടാണിത്. മുസ്ലീം പാർട്ടികളെ ഒരേ കുടക്കീഴിൽ കൊണ്ടുവരുന്നത് സ്വപ്നമായി അവശേഷിക്കുന്ന സ്ഥിതിക്ക് ന്യൂനപക്ഷങ്ങളുടെ അവകാശ സംരക്ഷണത്തിന് മതേതരപാർട്ടികളോടൊപ്പം നിൽക്കലാണ് സമുദായത്തിന് അഭികാമ്യം. മതത്തെയും സമുദായത്തെയും സംബന്ധിക്കുന്ന കാര്യങ്ങൾ മതസംഘടനകൾ പറയട്ടെ. അവ പരിഹരിക്കാനുള്ള ഉത്തരവാദിത്വം മതനിരപേക്ഷ പാർട്ടി ഏറ്റെടുക്കുകയും ചെയ്യട്ടെ. ഇത്തരത്തിൽ ഒരു വിചിന്തനം സമുദായത്തിലെ മത സംഘടനകൾക്ക് നടത്താവുന്നതാണ്.

മതസംഘടനകളും ഇച്ഛാശക്തിയോടെ പ്രവർത്തിക്കണം. ഇതിന് വിദ്യാഭ്യാസത്തിന്റെ രീതിശാസ്ത്രം പൊളിച്ചെഴുതണം. വിദ്യാഭ്യാസ പുരോഗതിയെക്കുറിച്ച് കൊട്ടിഘോഷം നടത്തുന്ന മുസ്ലീം നേതാക്കൾ പാവപ്പെട്ടവരോടുള്ള പ്രതിബദ്ധത സമുദായത്തിന് നഷ്ടപ്പെടുന്നുണ്ടെന്ന കാര്യവും ഓർമിക്കണം. മുസ്ലീംലീഗിന്റെ മറവിൽ സ്വാശ്രയ സ്ഥാപനങ്ങൾ വാങ്ങിയ മതസംഘടനകളും മുസ്ലീം സമ്പന്നരും വിദ്യാഭ്യാസത്തിന് വിലപേശി കച്ചവടം ലാഭകരമാക്കാനുള്ള തന്ത്രപ്പാടിലാണ്. കേവലം വൈകാരിക പ്രശ്നങ്ങൾക്കപ്പുറം സമുദായത്തിന്റെ യഥാർഥ പ്രശ്നങ്ങൾ സർക്കാരിനെ ബോധ്യപ്പെടുത്താൻ മതനേതൃത്വങ്ങൾക്കാവുന്നില്ല. രാഷ്ട്രീയ ശക്തിയുടെ കുറവുകൊണ്ടല്ല മുസ്ലിങ്ങൾ ഒന്നുമല്ലാതായത്. അവരുടെ വിദ്യാഭ്യാസമില്ലായ്മമൂലം ഇവരെ പാർട്ടിക്കാർക്ക് പെട്ടെന്ന് ചൂഷണം ചെയ്യാൻ കഴിയുന്നു. രാജ്യം സാമ്രാജ്യത്വശക്തികൾക്ക് അടിയറവയ്ക്കുമ്പോഴും അത് തിരിച്ചറിയാൻ സമുദായത്തിന് കഴിയുന്നില്ല;

പകരം ആനുകൂല്യങ്ങളുടെ പേരിൽ ഏതാനും അപ്പക്കഷണങ്ങൾ നൽകി സമുദായത്തെ ഭരണകൂടം കൈയിലെടുക്കുകയാണ്. സാമൂഹികമായും വിദ്യാഭ്യാസപരമായും രാഷ്ട്രീയമായും ദിശാബോധമുള്ള നേതൃതല മുറ സമുദായത്തിന് ഇല്ലാതെപോയി. യാഥാർഥ്യങ്ങൾ മനസിലാക്കാതെ എന്തിനും മതഗ്രന്ഥങ്ങൾ പരതുന്ന രീതിക്കപ്പുറം പുത്തൻപ്രശ്നങ്ങൾക്ക് പ്രായോഗിക പരിഹാരം നൽകാൻ ഗവേഷണ പടുക്കളായ ബുദ്ധിജീവി കളുടെ നേതൃത്വം വേണം. മാറ്റത്തിനുനേരെ പുറന്തിരിഞ്ഞ സമുദായം മതം ഉയർത്തിപ്പിടിക്കുന്ന പരിവർത്തനത്തിന്റെ ചിറകൊടിച്ചുകളഞ്ഞു. പരിവർത്തനത്തിന്റെ വാഹകരായി മാറാതെ സമുദായത്തിന് രക്ഷയില്ല. വിവേകമുള്ള സമുദായത്തെ സൃഷ്ടിക്കാൻ നേതൃത്വങ്ങളുടെ അലകും പിടിയും മാറണം. തോന്നുമ്പോഴൊക്കെ രാഷ്ട്രീയ പാർട്ടികളുണ്ടാക്കി പകിട കളിച്ചതുകൊണ്ട് നേട്ടമുണ്ടാവുന്നത് സമുദായത്തിനല്ല; സമു ദായചൂഷകർക്കാണ്.

4

മലബാർ കലാപം–എ കെ ജി പറഞ്ഞത്

തൊള്ളായിരത്തി ഇരുപത്തി ഒന്നിലെ മലബാർ കലാപം സ്വാത ന്ത്ര്യസമരമായി അംഗീകരിക്കാൻ ഇന്ത്യൻ നാഷണൽ കോൺഗ്രസും മുസ്ലീം ലീഗും മടിച്ചുനിന്ന കാലത്ത് കലാപത്തെ വാഴ്ത്തിക്കൊണ്ട് സഖാവ് എ കെ ഗോപാലൻ പെരിന്തൽമണ്ണയിൽ നടത്തിയ പ്രസംഗം (1946 ആഗസ്റ്റ് 25) അദ്ദേഹത്തിന്റെ അറസ്റ്റിൽ കലാശിക്കുകയും അദ്ദേഹം വിചാരണ നേരിടുകയും ചെയ്തു. പ്രസംഗം ബ്രിട്ടീഷ് രഹസ്യകേന്ദ്ര ങ്ങൾ രേഖപ്പെടുത്തുകയും അന്നത്തെ സർക്കാരിന് സമർപ്പിക്കുകയും ചെയ്തിരുന്നു. ഇതിന്റെ കോപ്പി കോഴിക്കോട് പുരാരേഖ കേന്ദ്രത്തിൽ സൂക്ഷിച്ചിട്ടുണ്ട്. എ കെ ജിയുടെ പ്രസംഗം പൂർണരൂപത്തിൽ ഇവിടെ രേഖപ്പെടുത്തുകയാണ്:

"ഇരുപത്തഞ്ചു വർഷം മുമ്പ് നമ്മുടെ പാവപ്പെട്ട സമൂഹത്തിൽനിന്ന് ഒരു സാധാരണ മുസ്ലിമായ ആലി മുസ്ലിയാർ ബ്രിട്ടീഷ് ഭരണത്തിനും അനീതിക്കും അടിമത്തത്തിനും എതിരെ കേരളത്തിൽ ഒരു മഹാസമരം നടത്തി. ഈ രാജ്യത്തിന്റെ സ്വാതന്ത്ര്യത്തിനുവേണ്ടി ബ്രിട്ടീഷ് ഗവൺ മെന്റിനെതിരെ ആർക്കെങ്കിലും ശക്തമായ സമരം നടത്താൻ കഴിഞ്ഞിട്ടു ണ്ടെങ്കിൽ, നിശ്ചയദാർഢ്യവും ധൈര്യവും ആരെങ്കിലും അവകാശപ്പെടു ന്നുണ്ടെങ്കിൽ അത് ധൈര്യശാലികളും പാവപ്പെട്ടവരുമായ ഈ മുസ്ലീം കർഷകർക്കാണ്. അവർ വെള്ളപ്പട്ടാളത്തിന്റെ തോക്കുകളെയും പീരങ്കി കളെയും ധൈര്യപൂർവം എതിരിട്ടു. അതൊക്കെ അവർ പുൽക്കൊടി യായി കണ്ടു. നമ്മുടെ ഈ മാപ്പിള സഹോദരന്മാരെ എങ്ങനെയാണ് നിങ്ങൾക്ക് മറക്കാനാകുക?

ആലി മുസ്ലിയാരുടെയും വാരിയൻ കുന്നത്ത് കുഞ്ഞഹമ്മദാജിയുടെ

യും കീഴിലുള്ള നമ്മുടെ മാപ്പിള സഹോദരന്മാർ പൂക്കോട്ടൂരിൽവച്ച് വെള്ളപ്പട്ടാളത്തെ ശക്തമായി നേരിട്ടു. ബ്രിട്ടീഷ് സാമ്രാജ്യത്വ സർക്കാ രിന് തോക്കും പീരങ്കിയും വിമാനവും കപ്പലുമുണ്ടായിരുന്നു. അവർക്കെ ന്തൊക്കെ ഉണ്ടായിരുന്നാലും ധീരരായ നമ്മുടെ മാപ്പിള സഹോദരന്മാർ യുദ്ധം ചെയ്യാൻ ധൈര്യപൂർവം തയാറായി. യുദ്ധത്തിനുള്ള ധൈര്യവും ശക്തിയും തങ്ങൾക്കുണ്ടെന്ന് പറഞ്ഞുകൊണ്ട് നിരായുധരായ മുസ്ലീം സുഹൃത്തുക്കൾ തുറന്ന യുദ്ധം നടത്തുകയും മലബാറിന്റെ രണ്ടു താലൂ ക്കുകളിൽ മൂന്നു മാസത്തോളം അവർ ഭരിക്കുകയും ചെയ്തു. അവർ ആ പ്രദേശങ്ങളിൽനിന്ന് ബ്രിട്ടീഷ് സാമ്രാജ്യത്വത്തെ പുറത്താക്കുകയും സാധാരണ കർഷകരും തൊഴിലാളി സുഹൃത്തുക്കളും അവിടെ ഭരണം നടത്തുകയും ചെയ്തു. 'ക്വിറ്റ് ഇന്ത്യാ' പ്രമേയം 1921 ൽ മൂന്നു മാസ ത്തോളം നടപ്പാക്കിക്കൊണ്ട് നേരത്തേതന്നെ അവർ മാതൃക കാണിച്ചി ട്ടുണ്ട്. ആലി മുസ്ലിയാരാണ് അത് ചെയ്തത്.

രണ്ട് താലൂക്കുകളിലെ ജനങ്ങൾ ഒരുമിച്ചാൽ മാത്രംമതി, അവരെ അടിച്ചമർത്താൻ ഗൂർക്കാ പട്ടാളവും വെള്ളപ്പട്ടാളവും പൊലീസും ഉദ്യോ ഗസ്ഥന്മാരും ഒന്നിച്ചു നിന്നാൽപ്പോലും സാധ്യമല്ലെന്ന് അവർ തെളിയിച്ചു. നമ്മുടെ ഐക്യം നമുക്ക് വേണ്ടത്ര ശക്തിതരുന്നു. തോക്കും വിമാനവും കുന്തവുമില്ലാതെയാണ് ആലി മുസ്ലിയാർ മൂന്നു മാസം ഭരിച്ചത്. ഇതോർമിക്കാതെ ഒരു സ്വാതന്ത്ര്യസമരം നടത്താൻ നമ്മൾ യോഗ്യരല്ല. അതിന്റെ ഗുണങ്ങൾ ചിന്തിക്കാനുള്ള ശക്തിയില്ലാതെ സ്വാതന്ത്ര്യത്തി നുവേണ്ടി ശക്തിയുള്ള സമരം നടത്താൻ നമുക്കാവില്ല. അതുകൊണ്ടാണ് അഭിമാനത്തോടെ ഇരുപത്തൊന്നിനെക്കുറിച്ച് നമ്മൾ ചിന്തിക്കുന്നതും സംസാരിക്കുന്നതും. നിങ്ങളാരാകട്ടെ, ഹിന്ദുവോ മുസ്ലിമോ ആകട്ടെ, നിങ്ങൾ സാമ്രാജ്യത്വവിരുദ്ധനാണെങ്കിൽ, അനർഹമായ ഈ ബ്രിട്ടീഷ് ഭരണം അവസാനിക്കണമെന്ന് ചിന്തിക്കുന്നുണ്ടെങ്കിൽ ഇരുപത്തൊന്നിൽ ഈ രാജ്യത്തെ ദേശഭക്തരായ യുവാക്കൾ ചെയ്ത ധീരസമരത്തിന്റെ പാഠമുൾക്കൊള്ളണം. ആ സമരത്തിന്റെ സാഹചര്യങ്ങൾ പഠിക്കാതെ നിങ്ങൾക്ക് പ്രത്യക്ഷ നടപടികൾ തുടരാനാവില്ല. ബ്രിട്ടീഷ് ഭരണത്തിന് അന്ത്യംകുറിക്കാനുമാവില്ല. അതുകൊണ്ടാണ് ഇരുപത്തൊന്നിന്റെ നല്ല പാഠങ്ങൾ പഠിക്കണമെന്ന് നാം പറയുന്നത്.

അക്കാലത്ത് ഇന്നാട്ടിലെ മാപ്പിള സുഹൃത്തുക്കൾ ബി എ ക്കാരാ യിരുന്നില്ല. അവർക്ക് സ്കൂൾ വിദ്യാഭ്യാസവുമുണ്ടായിരുന്നില്ല. അവർക്ക് ഖാൻ ബഹാദൂർ പട്ടമുണ്ടായിരുന്നില്ല. പക്ഷേ, അവരിൽ ശക്തന്മാരുമു ണ്ടായിരുന്നു. അന്ന് രാജ്യത്തിന്റെ സ്വാതന്ത്ര്യത്തിനുവേണ്ടി അവർ പ്രസം ഗിക്കുകയായിരുന്നില്ല; പക്ഷേ, അവർ തോക്കുകളെ നേരിട്ടു, പീരങ്കികളെ നേരിട്ടു; ഉദ്യോഗസ്ഥന്മാരെ നേരിട്ടു. മനുഷ്യശക്തിക്ക് മുമ്പിൽ തോക്കും ആയുധങ്ങളും പുൽക്കൊടിയാണെന്ന് അവർ തെളിയിച്ചു. മൂന്നുമാസം

അവർക്ക് ഭരിക്കാൻ കഴിഞ്ഞു. ഇതാർക്കെങ്കിലും മറക്കാൻ കഴിയുമോ? ഇത് സ്മരിക്കപ്പെടേണ്ടതല്ലേ? ആഗസ്റ്റ് വിപ്ലവത്തെ പാടിപ്പുകഴ്ത്തുന്ന കോൺഗ്രസ് സുഹൃത്തുക്കളോട് ഇതാണ് എനിക്ക് ചോദിക്കാനുള്ളത്. നമുക്കിതാണ് പറയാനുള്ളത്; ആഗസ്റ്റ് പതിനാറിനു മുസ്ലീം ലീഗ് നടത്തിയ പ്രത്യക്ഷ നടപടി (കോൺഗ്രസിനെതിരെ മുസ്ലീം ലീഗ് നടത്തിയ പ്രത്യക്ഷ നടപടി ദിനം) യഥാർഥ നടപടിയാകണമെങ്കിൽ മുസ്ലീം നേതാക്കൾ അത് ബ്രിട്ടീഷ് ഭരണത്തിനെതിരെയാണ് നടത്തേണ്ടത്. ഇരുപത്തൊന്നിലെ സമരത്തിന്റെ പാഠം അവർ നന്നായി പഠിക്കണം. അതായിരുന്നു നേരായ സമരം. പ്രത്യക്ഷ നടപടി കേരളത്തിൽ ഇരുപത്തൊന്നിൽ തന്നെ നടന്നു. അത് മറക്കരുത്. ഓരോ വർഷത്തിലും ഇരുപത്തൊന്നിലെ സമരത്തിന്റെ ഓർമ പുതുക്കണം. സ്വാതന്ത്ര്യത്തിനുവേണ്ടി ഈ സ്ഥലത്തെ ജനങ്ങൾ, നമ്മുടെ മുസ്ലീം സഹോദരന്മാർ ജന്മികൾക്കെതിരെ നടത്തിയ സമരത്തിന്റെ വില ആയിരങ്ങളോ കോടിയോ അല്ല; ആ സമരത്തിൽ സംഭവിച്ച വാഗൺട്രാജഡി മറക്കാൻ കഴിയുമെന്നോ?

അതുകൊണ്ടാണ് ഇരുപത്തൊന്നാണ് ആചരിക്കേണ്ടത് എന്നു ഞാൻ പറയുന്നത്. ഇരുപത്തൊന്നിൽ നമ്മുടെ ജനങ്ങൾ ഒരു പ്രത്യക്ഷ നടപടി കൈക്കൊണ്ടു. ഈ രാജ്യത്തിന്റെ സ്വാതന്ത്ര്യത്തിനുവേണ്ടിയുള്ള സായുധസമരം. ജനങ്ങളുടെ കഷ്ടപ്പാടുകൾ അവസാനിപ്പിക്കുന്നതിന്, ജന്മിമാരിൽനിന്നും ഈ നാട്ടിലെ പാവപ്പെട്ടവരെ സംരക്ഷിക്കുന്നതിന്, ജന്മിമാരുടെയും ഉദ്യോഗസ്ഥരുടെയും പൊലീസിന്റെയും അതിക്രമങ്ങൾ അവസാനിപ്പിക്കുന്നതിനുവേണ്ടിയുള്ള സമരം. ഇരുപത്തൊന്നിലെ സായുധസമരത്തെക്കുറിച്ച് പറയുമ്പോൾ അഹിംസയ്ക്ക് ഏറെ പ്രാധാന്യം കൊടുക്കുന്ന കോൺഗ്രസ് സുഹൃത്തുക്കളോട് ഞാൻ ചോദിക്കട്ടെ, എന്തായിരുന്നു ആഗസ്റ്റ് വിപ്ലവം? അത് വയർലെസ്കമ്പി മുറിക്കലും റെയിൽ തകർക്കലുമായിരുന്നില്ലേ? അതുപോലെ ഉദ്യോഗസ്ഥരുടെ അതിക്രമത്തെയും ചെറുത്തു. അവരിൽ പലരും മരിച്ചു. അത് അഹിംസയാണോ? പണ്ഡിറ്റ് നെഹ്റുപോലും പറയും; നാം ആഗസ്റ്റ് വിപ്ലവം ഓർക്കണമെന്ന്! ബ്രിട്ടീഷ് സാമ്രാജ്യത്വത്തിനെതിരെയുള്ള സമരമായി ആഗസ്റ്റ് വിപ്ലവത്തെ കോൺഗ്രസ് ഗണിക്കുന്നുവെങ്കിൽ എന്തുകൊണ്ട് ഇരുപത്തൊന്നിലെ കലാപത്തെ പാർട്ടി അതുപോലെ സ്മരിക്കുന്നില്ല? ആ സമരത്തെ മാപ്പിളകലാപം മലബാർകലാപം എന്നൊക്കെ പറയുവാൻ ചില കാരണങ്ങളൊക്കെയുണ്ട്. ആയിരക്കണക്കിന് മുസ്ലീങ്ങൾ രാജ്യത്തിന്റെ സ്വാതന്ത്ര്യത്തിനുവേണ്ടി മരിക്കാൻ തയാറായപ്പോൾ മുസ്ലീം വിരുദ്ധ ചിന്തയുള്ളവർ അങ്ങനെയങ്ങ് പറയാൻ തുടങ്ങിയതാണ്.

അന്നത്തെ ഖിലാഫത്ത് ഗവൺമെന്റ് പാവപ്പെട്ടവരുടെ ഗവൺമെന്റായിരുന്നു. അത് കർഷകരുടെയും തൊഴിലാളികളുടെയും ഗവൺമെന്റായിരുന്നു. വാരിയൻ കുന്നത്ത് കുഞ്ഞഹമ്മദാജിയുടെ ക്യാമ്പിലു

ണ്ടായിരുന്നവർ കർഷകരായിരുന്നു. നാട്ടിൽ പണമുള്ളവരുണ്ടായിരുന്നു. കുത്തകമുതലാളിമാരുണ്ടായിരുന്നു. എന്നിട്ടും ആരാണ് ഭരണം നടത്തിയത്? ഒരു പാവം വണ്ടിക്കാരൻ കുഞ്ഞഹമ്മദാജി. ഒരു പരീക്ഷയും പാസാകാത്തവൻ. പക്ഷേ, അദ്ദേഹമായിരുന്നു ജനങ്ങളുടെ നേതാവ്. പാവപ്പെട്ടവരുടെയും നേതാവ്. ബി എയും എം എയും ഉള്ള ഉദ്യോഗസ്ഥർ അദ്ദേഹത്തെ സല്യൂട്ട് ചെയ്തു. അദ്ദേഹം അവർക്ക് കൽപ്പനകൾ നൽകി. കൈക്കൂലി വാങ്ങുന്ന ഒരു ഉദ്യോഗസ്ഥനും അവിടെ ഉണ്ടായിരുന്നില്ല. പാവപ്പെട്ടവർക്ക് സംരക്ഷണം ലഭിച്ചു. ജഡ്ജിമാർ ഹിന്ദുവായാലും മുസ്ലിമായാലും നിഷ്പക്ഷമായി വിധി പറഞ്ഞു. വാരിയൻ കുന്നത്ത് കുഞ്ഞഹമ്മദാജിയുടെ ഗവൺമെന്റിൽനിന്ന് ജാതി–മത ചിന്തകൾക്കതീതമായി പാവപ്പെട്ടവർക്ക് സംരക്ഷണം കിട്ടിയെന്നതിന് ഉദാഹരണങ്ങളുണ്ട്. അദ്ദേഹം ഉദ്യോഗസ്ഥരോട് പറഞ്ഞു: "നിങ്ങൾ വിദ്യാഭ്യാസമുള്ളവരാണ്. കൈക്കൂലി വാങ്ങുന്നവരുമാണ്. പക്ഷേ, എന്റെ ഗവൺമെന്റിൽ ബ്രിട്ടീഷ് രീതിയിലുള്ള ഭരണംമാത്രം പോരാ. നിങ്ങൾക്ക് കൈക്കൂലി വാങ്ങാനാവില്ല. രാജ്യം ഭരിക്കുന്നത് വാരിയൻ കുന്നത്ത് കുഞ്ഞഹമ്മദാജിയാണ്. അതിനാൽ പാവപ്പെട്ടവർ സംരക്ഷിക്കപ്പെടണം."

നമ്മൾ വർഗീയ കലാപം ഉണ്ടാക്കുന്നുവെന്നാണ് പറയുന്നത്. നമ്മൾ കലാപമുണ്ടാക്കുന്നുവെന്ന് പറയുന്നത് ശരിതന്നെ. പക്ഷേ, അത് വർഗീയമല്ല. പിന്നെ ആർക്കെതിരെയുള്ള കലാപം? ഉപയോഗശൂന്യമായ ബ്രിട്ടീഷ് ഭരണത്തിനെതിരെയുള്ള കലാപം. വാഗൺട്രാജഡിയിൽ പാവപ്പെട്ട മുസ്ലീങ്ങളെ കൊന്ന ഭരണത്തിനെതിരെയാണ് നാം ജനങ്ങളെ കലാപത്തിന് പ്രേരിപ്പിക്കുന്നത്. ഹിന്ദുക്കളും മുസ്ലീങ്ങളും തമ്മിൽ ഇവിടെ കഴുത്തറുക്കില്ല. ബുദ്ധിയുള്ളവരും ദേശാഭിമാനവുമുള്ള ആരും മതത്തിന്റെ പേരിൽ കലാപമുണ്ടാക്കില്ല.

ഇവിടന്നങ്ങോട്ട് അഹിംസയുടെ ഒരു സിദ്ധാന്തവും വിലപ്പോവില്ല. അതിക്രമം ഏതു ഭാഗത്ത് നിന്നായാലും പൊലീസിന്റെ ഭാഗത്തു നിന്നാവട്ടെ, ജന്മിയുടെയോ മുതലാളിയുടെയോ ഭാഗത്തു നിന്നാവട്ടെ, അതിനെ എതിർക്കണമെന്ന് ജനങ്ങൾ തീരുമാനിച്ചാൽ അത് വളരെ വേഗം ഈ രാജ്യത്ത് നടക്കുകതന്നെ ചെയ്യും. അതുവഴി സൗകര്യപ്രദമായി ജീവിക്കാനും കഴിയും. അതുകൊണ്ട് ഞാൻ ഇരുപത്തൊന്നിനെ പരാമർശിക്കുമ്പോൾ അതിന്റെ വാർഷികം ആചരിക്കാൻ പറയുമ്പോൾ പൂക്കോട്ടൂർ ദിനം എന്നു പറയുമ്പോൾ തൊള്ളായിരത്തി ഇരുപത്തൊന്നിലെ നമ്മുടെ മാപ്പിള സഹോദരന്മാർക്ക് നിങ്ങൾ സിന്ദാബാദ് വിളിക്കുക. ജന്മിമാരുടെയും ഉദ്യോഗസ്ഥന്മാരുടെയും അതിക്രമങ്ങൾക്കെതിരെ, അനീതിക്കെതിരെ, തോക്കുകളുടെയും പീരങ്കികളുടെയും മുമ്പിൽ രാജ്യത്തിന് മോചനത്തിനുവേണ്ടി മരിക്കാൻ തയാറായ മാപ്പിളമാരുടെ സ്മരണ സജീവമാക്കാത്തവരാരാണ്? ഈ നാട്ടിലെ നിരവധി ചെറുപ്പക്കാർ സ്വാത

ന്ത്ര്യത്തിനുവേണ്ടി പട്ടാളത്തിന്റെ മുന്നിൽ മാറ് കാണിച്ചു. ഇതുവരെ
ഞാനും നിങ്ങളും അത്തരം ഒരു കൃത്യം ചെയ്തിട്ടില്ല. നമ്മൾ പ്രസംഗി
ച്ചു, ജയിൽവാസമനുഭവിച്ചു, അപ്പോഴേക്കും ധീരരാണെന്ന് നാം
അവകാശപ്പെടുകയായി. തോക്കും പീരങ്കിയും തീ തുപ്പുമ്പോൾ അവയ്
ക്കെതിരെ നിരായുധരായി മാർച്ച് ചെയ്യാനും അവ പിടിച്ചെടുക്കാനും
എതിർത്ത് തോൽപ്പിക്കാനും എത്ര പേരുണ്ടാകുമെന്ന് നിങ്ങൾ ചിന്തിച്ചി
ട്ടുണ്ടോ? വളരെ കുറച്ചുപേർ മാത്രം. രാജ്യത്തിന്റെ സ്വാതന്ത്ര്യത്തിനു
വേണ്ടി, പൊലീസിന്റെയും ജന്മിമാരുടെയും അതിക്രമങ്ങളവസാനിപ്പി
ക്കുന്നതിനുവേണ്ടി ധീരന്മാർ സാമ്രാജ്യത്വവിരുദ്ധ യുദ്ധം നടത്തിയപ്പോൾ
അതായിരുന്നു ശരിയായ സമരം. അതിന്റെ സ്മരണ നാം നിലനിർത്തുക.
ഇത് ഞാൻ നൂറു പ്രാവശ്യം പറയും. അതിന്റെ പേരിൽ തൂക്കിലേറ്റി
യാലും നമ്മളത് പറയണം. ദേശാഭിമാനികളെന്ന് വിളിക്കാൻ ആർക്കെ
ങ്കിലും അർഹതയുണ്ടെങ്കിൽ ആരെങ്കിലും യഥാർഥ യുദ്ധം നടത്തിയിട്ടു
ണ്ടെങ്കിൽ, അസാമാന്യമായ ധൈര്യത്തോടെ ഈ രാജ്യത്തിനുവേണ്ടി
ആരെങ്കിലും യുദ്ധം ചെയ്തിട്ടുണ്ടെങ്കിൽ ആ ദേശാഭിമാനികൾ നമ്മുടെ
മാപ്പിള സഹോദരന്മാരാണ്. അതേക്കുറിച്ച് ഒരു സംശയവുമില്ല. ഇതേ
ക്കുറിച്ച് ചിന്തിക്കാത്ത കോൺഗ്രസുകാർ ദേശാഭിമാനികളല്ല. രാജ്യ
ത്തിന്റെ സ്വാതന്ത്ര്യത്തിനുള്ള മാർഗത്തിൽ നിരവധി നല്ല മക്കൾ തോക്കി
നെ നേരിട്ട് വീരമൃത്യു വരിച്ചു. അവരെ ഓർക്കുവിൻ. ആ നന്മ സ്വീകരി
ക്കാൻ ശ്രമിക്കണം. തെറ്റായ വശങ്ങൾ ഉപേക്ഷിക്കാൻ ശ്രമിക്കുകയും
ചെയ്യുക. കമ്യൂണിസ്റ്റുകാരുടെ അഭ്യർഥനകളിൽ കലാപം ലക്ഷ്യമാക്കു
ന്നില്ല. പണ്ഡിറ്റ് നെഹ്റുവാണ് കലാപം ഇളക്കിവിടുന്നത്. അദ്ദേഹം ലീഗു
കാരോട് പറഞ്ഞു: "ഒന്നുകിൽ നിങ്ങൾ അല്ലെങ്കിൽ ഞങ്ങൾ!" ഞങ്ങളല്ല
കലാപത്തിന് ജനങ്ങളെ പ്രേരിപ്പിക്കുന്നത്. അത് കോൺഗ്രസിന്റെയും
ലീഗിന്റെയും നേതാക്കളാണ്. അവർക്കാണതിൽ താൽപര്യം, ഞങ്ങൾക്ക
ല്ല. കമ്യൂണിസ്റ്റുകളിൽ ജന്മിയോ മുതലാളിയോ സമ്പന്നനോ ഇല്ല. ലീഗിൽ
മുതലാളിമാരും ജന്മിമാരും ഉണ്ട്. കോൺഗ്രസിലുമുണ്ട്. കോഴിക്കോട്ട്
ബാദ്ഷാ സാഹിബ് നിരവധി മുസ്ലീം കുടിയാന്മാരെ വീടുകളിൽനിന്ന്
പുറത്താക്കി. മുതലാളി എപ്പോഴും മുതലാളി തന്നെയാണ്. അവർ സാമു
വൽ ആറോണോ സത്താർ സേഠുവോ ആകട്ടെ, ഹിന്ദുവോ മുസ്ലിമോ
ആകട്ടെ, കോൺഗ്രസോ മുസ്ലീംലീഗോ ആകട്ടെ; മുതലാളിമാരുടെ
ലക്ഷ്യം ഈ രാജ്യത്തെ ഹിന്ദുവോ മുസ്ലിമോ ആയ പാവപ്പെട്ടവരുടെ
ഊർജം പിഴിഞ്ഞെടുക്കുകയും ഏറ്റവും കുറഞ്ഞ കൂലി കൊടുത്ത്
അവരെ പട്ടിണിക്കിടലുമാണ്. കോൺഗ്രസ് ലീഗ് മുതലാളിമാരും കോൺ
ഗ്രസ് ലീഗ് ജന്മിമാരും പാവപ്പെട്ട മുസ്ലീം ഹിന്ദു ജനങ്ങളെ ഭിന്നിപ്പിച്ച്
ബ്രിട്ടീഷ് മുതലാളിമാർക്കുവേണ്ടി തങ്ങളുടെ സ്വാർഥ താൽപര്യങ്ങൾ
സംരക്ഷിക്കുകയാണ്. ജനങ്ങളെ ചൂഷണം ചെയ്യാനുള്ള അവകാശം

ബ്രിട്ടീഷുകാർക്ക് മാത്രമല്ല, തങ്ങൾക്കുകൂടി വേണമെന്നാണ് ഇവരാവ ശ്യപ്പെടുന്നത്. ഈ രാജ്യത്തിന്റെ സ്വാതന്ത്ര്യത്തിനുവേണ്ടി ആരെങ്കിലും സാമ്രാജ്യത്വ വിരുദ്ധയുദ്ധം നടത്തിയിട്ടുണ്ടെങ്കിൽ, ആരെങ്കിലും പ്രത്യക്ഷ നടപടി സമരം നടത്തിയിട്ടുണ്ടെങ്കിൽ അത് ഇരുപത്തൊന്നിലെ നമ്മുടെ മാപ്പിള സുഹൃത്തുക്കൾ മാത്രമാണ്.

ഇരുപത്തി ഒന്നിലെയും നാൽപ്പത്തി ആറിലെയും സ്ഥിതിഗതികൾ കൂടി നിങ്ങൾ മനസിലാക്കുക. ഇരുപത്തൊന്നിൽ ഒന്നാംലോക യുദ്ധ ത്തെത്തുടർന്ന് രാജ്യം വളരെ ദയനീയാവസ്ഥയിലായിരുന്നു. അന്ന് ബുദ്ധിമുട്ടായിരുന്നു. വേണ്ടത്ര അരി ഉണ്ടായിരുന്നില്ല. വസ്ത്രങ്ങൾ കിട്ടാ നില്ല. പോരാത്തതിന് ഖിലാഫത്ത് പ്രസ്ഥാനവും തുടങ്ങിയിരുന്നു. ഹിന്ദു ക്കളും മുസ്ലിങ്ങളും ഒറ്റക്കെട്ടായിരുന്നു. കഴിഞ്ഞ എട്ടു മാസമായി അല്ലെ ങ്കിൽ ഒരു വർഷമായി രാജ്യത്ത് എന്താണ് സംഭവിച്ചുകൊണ്ടിരിക്കുന്നത്? ഇന്ത്യൻ നേവിയിലെ ഇന്ത്യക്കാർ മാപ്പിളമാർ മാത്രമല്ല; എല്ലാവരും ഒരു ദിവസം രാവിലെ അവരുടെ കപ്പലുകളിൽനിന്ന് യൂണിയൻ പതാക അഴി ച്ചുവച്ച് പകരം, കോൺഗ്രസിന്റെയും ലീഗിന്റെയും പതാകകൾ നാട്ടി. എന്നിട്ട് ബ്രിട്ടീഷുകാരോട് പറഞ്ഞു: നിങ്ങൾ ഇന്ത്യവിട്ട് പോകണം. വെള്ളക്കാർക്ക് കൊടുക്കുന്ന അതേ ശമ്പളം ഞങ്ങൾക്കും നൽകണം. അത് പറഞ്ഞുകൊണ്ടാണ് അവർ പ്രത്യക്ഷ നടപടി സമരം നടത്തുന്നത്. നിങ്ങൾ ഒന്നു മനസിലാക്കണം: ബ്രിട്ടീഷ് പട്ടാളവുംകൂടി നമ്മുടെ സ്വാത ന്ത്ര്യത്തിനുവേണ്ടി പണിമുടക്കുന്നുണ്ട്. എം എസ് പി പണിമുടക്കി.

ഇരുപത്തൊന്ന് രൂപയ്ക്ക് നാടൊട്ടുക്കും പോയി ജനങ്ങളെ വെടി വയ്ക്കാനും തല്ലാനും തങ്ങൾക്കാവില്ലെന്ന് പറഞ്ഞാണ് അവർ പണി മുടക്കിയത്. പണിമുടക്കിയ 2000 എം എസ് പിക്കാരെ ഗവൺമെന്റ് പിരി ച്ചുവിട്ടു. തിരുനെൽവേലിയിലെ റിസർവ് പൊലീസ് പണിമുടക്കിയെന്ന് മിനിയാന്നത്തെ പത്രത്തിൽ കണ്ടു. അപ്രകാരം പൊലീസ് പണിമുടക്കി. തപാൽ ഉദ്യോഗസ്ഥർ പണിമുടക്കി. പത്തുലക്ഷംവരുന്ന റെയിൽവേ ഉദ്യോഗസ്ഥർ പറയുന്നു, ഞങ്ങളും പണിമുടക്കുകയാണെന്ന്. അപ്പോൾ ഗവൺമെന്റ് പറയുന്നു, ഒത്തുതീർപ്പ് വേണമെന്ന്. ഇപ്പോൾ കോട്ടും ടൈയുമിട്ട നോൺ ഗസറ്റഡ് ഉദ്യോഗസ്ഥർ മദ്രാസിൽ സിന്ദാബാദ് വിളിച്ച് നടക്കുകയാണ്. യൂറോപ്യൻ കളക്ടറൊഴികെയുള്ള ഉദ്യോഗസ്ഥന്മാരും ഇരുനൂറും മുന്നൂറും ശമ്പളം പറ്റുന്ന ഉദ്യോഗസ്ഥരും പൊലീസും എം എസ് പിയും ഒക്കെ പണിമുടക്കാൻ തയാറായിരിക്കുന്നു. എന്തുകൊണ്ട്? പണിമുടക്ക് കലാപമാണോ? വിശപ്പിന്റെ ഉച്ചത്തിലുള്ള വിളി ഇനിയും സഹിക്കാനാവില്ല. പട്ടിണിക്കാരുടെ വയറ്റിൽ കലാപമാരംഭിച്ചിരിക്കുന്നു. ഈ സമരങ്ങളൊക്കെയും വിശപ്പുമൂലം ഭ്രാന്തരായ ജനങ്ങളുടേതാണ്. ഇതല്ലാതെ വേറൊരു കലാപം ഇവിടെയില്ല.

നമ്മളെന്തിനാണ് അടിച്ചമർത്തപ്പെടുന്നത്? അവർ നമ്മെ അറസ്റ്റ്

ചെയ്യുന്നു. നമ്മൾ മർദിക്കപ്പെടുന്നു. നിത്യവും കരിഞ്ചന്ത നടക്കുന്നു. അതിനാകട്ടെ, ശിക്ഷിക്കപ്പെടുന്നുമില്ല. നമ്മൾ കരിഞ്ചന്തക്കാരെ പിടിച്ചു കൊടുത്തു. എന്നിട്ടെന്താ, അവർ നമ്മളോട് പ്രതികാരം ചെയ്യുന്നു. കരി ഞ്ചന്തക്കാരെ തൂക്കിക്കൊല്ലണമെന്നാണ് നെഹ്റു പറയുന്നത്. അത്രയ് ക്കൊന്നും നമ്മൾ ആവശ്യപ്പെടുന്നില്ല. അവർക്ക് എന്തെങ്കിലും ശിക്ഷ കൊടുത്തുകൂടേ? നാലുകോടി രൂപയ്ക്കുള്ള വസ്ത്രം കരിഞ്ചന്ത നട ത്തിയതിന് അളഗപ്പ ചെട്ടിയാരെ പിടിച്ചു. അയാളെ ശിക്ഷിച്ചോ? പിന്നെ ന്തിനാണിവിടെ ഗവൺമെന്റ്? ജന്മിമാരെയും മുതലാളിമാരെയും ശിക്ഷി ക്കണം. അക്കാര്യത്തിൽ ഗവൺമെന്റ് ആരെയും പേടിക്കരുത്. റെയിൽവേ തൊഴിലാളികൾ പണിമുടക്കി. അവരെ നേരിടാൻ പൊലീസി നെയും എം എസ് പിയെയും അയക്കരുതായിരുന്നു. ഒരു യൂറോപ്യൻ മുതലാളിയെ സഹായിക്കാൻ പൊലീസിനെ അയക്കരുത്. അതിനുള്ള ശക്തിയും തന്റേടവും ഗവൺമെന്റിന് വേണം. നന്മ ചെയ്യാൻ നിങ്ങൾക്ക് കഴിയില്ലെങ്കിൽ പോട്ടെ, നിങ്ങൾക്ക് തിന്മ ചെയ്യാതെയെങ്കിലും ഇരുന്നു കൂടേ? ഇതാണ് കോൺഗ്രസിനോടുള്ള ഞങ്ങളുടെ ഒരേയൊരു അപേ ക്ഷ. രാജ്യദ്രോഹികളെന്നാണ് നിങ്ങൾ ഞങ്ങളെ വിളിക്കുന്നത്. ഞങ്ങൾ കോൺഗ്രസ് പ്രസ്ഥാനത്തിൽ പങ്കെടുത്തിരുന്നില്ലേ? പക്ഷേ, ഇന്ന് ഞങ്ങൾ കോൺഗ്രസിലില്ല. ഇന്ന് മുത്തയ്യ ചെട്ടിയാർ കോൺഗ്രസിന്റെ പ്രതിനിധിയാണ്. ചെട്ടിയാർ രാജ്യം ഭരിച്ചാൽ എന്താണ് സംഭവിക്കാൻ പോകുന്നത്? കരിഞ്ചന്ത! സരോജിനി നായിഡു പ്രസംഗിച്ച യോഗത്തിൽ ആനപ്പുറത്തിരുന്നുകൊണ്ടാണ് ബോബിലി രാജാവ് വന്നത്. ഇന്നദ്ദേഹം കോൺഗ്രസിന്റെ പ്രതിനിധിയാണ്. കോൺഗ്രസിന് ഞങ്ങളെ ആവശ്യ മില്ല.

ഈ വർഷം സ്വാതന്ത്ര്യത്തിനുവേണ്ടി എന്തെങ്കിലും ചെയ്യാനുള്ള ഒരുക്കത്തിലാണ് രാജ്യം. അതിന് കോൺഗ്രസും ലീഗും മുന്നിട്ടിറങ്ങ ണം. പക്ഷേ, ഈ പാർട്ടികൾ പരസ്പരം ശത്രുതയിലാണ്. കോൺഗ്രസ് പകലാണെന്ന് പറയുമ്പോൾ അല്ല; രാത്രിയാണെന്ന് ലീഗ് പറയും. നിങ്ങൾ ഒന്നിക്കണം. നിങ്ങൾ ഈ രാജ്യക്കാരല്ലേ? വെള്ളക്കാർക്കെതിരെ നിങ്ങൾക്കൊന്നിച്ചുകൂടേ? കോൺഗ്രസും ലീഗും ഈ രാജ്യക്കാരാണ്. എന്തുകൊണ്ട് അവർക്ക് ഒന്നിച്ചുകൂടാ? രാജ്യത്തിന്റെ സ്വാതന്ത്ര്യത്തി നുവേണ്ടി മരണംവരിച്ച ഇരുപത്തൊന്നിലെ സഹോദരന്മാരെ നിങ്ങൾ ആദരിക്കണം. രാജ്യത്തിന്റെ മോചനത്തിനുവേണ്ടി ജീവൻ നൽകിയ അവർ ധീരരാണെന്ന് നിങ്ങൾ പ്രഖ്യാപിക്കണം. നിങ്ങൾ ഈ രാജ്യത്തെ സ്നേഹിക്കുന്നുണ്ടോ? നിങ്ങൾ ബ്രിട്ടീഷ് സാമ്രാജ്യത്തിന്റെ ശത്രുവാ ണോ? എങ്കിൽ അന്ന് യുദ്ധം ചെയ്തവരെ ആദരിക്കുക. വാരിയൻ കുന്ന ത്ത് കുഞ്ഞഹമ്മദാജിയെ നിങ്ങൾക്ക് മറക്കാൻ കഴിയില്ല. മൂന്നുമാസം അദ്ദേഹം ഈ നാട് ഭരിച്ചു. ബ്രിട്ടീഷുകാർ ഇവിടെ ഉണ്ടായിരുന്നെങ്കിലും

മൂന്നു മാസത്തേക്ക് ഒറ്റ യൂറോപ്യനും അങ്ങോട്ട് പോയില്ല. എങ്ങനെ ഭരിക്കണമെന്ന് ഹാജിയാർക്ക് അറിയാമായിരുന്നു. കൈക്കൂലി വാങ്ങാതെയും ജനങ്ങളെ പീഡിപ്പിക്കാതെയുമാണ് ഭരിക്കേണ്ടതെന്ന് അദ്ദേഹത്തിനറിയാം. ഗവൺമെന്റ് ജനങ്ങളുടെ നന്മയ്ക്ക് വേണ്ടിയാണെന്ന് അദ്ദേഹം പറഞ്ഞു. കോൺഗ്രസും ലീഗും ഇത് മനസിലാക്കണം. അന്നത്തെ പാഠം പഠിക്കണം. ബ്രിട്ടീഷ് ഗവൺമെന്റ് നമ്മുടെ പൊതുശത്രുവാണ്. കോൺഗ്രസും ലീഗും തമ്മിൽ തല്ലരുത്. കൽക്കത്ത നമുക്കൊരു പാഠമാണ്. തങ്ങൾ ഗവൺമെന്റിനെതിരെയാണെന്ന് പറഞ്ഞുകൊണ്ട് അവിടെ ഹിന്ദുവും മുസ്ലിമും തമ്മിൽ പരസ്പരം കലഹിച്ചു. ഇതിന്റെ നഷ്ടം അഞ്ചുകോടി രൂപയാണെന്നാണ് കണക്ക്. നിരവധി ജനങ്ങൾ മരിച്ചുവെന്ന് പറയപ്പെടുന്നു. കോൺഗ്രസുകാർക്കും ലീഗുകാർക്കും റോഡിലിറങ്ങി നടക്കാൻ കഴിയില്ല. വെള്ളപ്പട്ടാളം സിഗരറ്റ് പുകച്ചുകൊണ്ട് റോഡിലൂടെ നടക്കുകയാണ്. ശവശരീരങ്ങളിൽ ചവിട്ടിയാണ് ബ്രിട്ടീഷുകാർ കൽക്കത്തയുടെ തെരുവുകളിൽ നടക്കുന്നത്. കോൺഗ്രസും ലീഗും പാഠം പഠിക്കുമോ?

എന്തിനാണ് ജനങ്ങൾ പണിമുടക്കുന്നത്? കമ്മ്യൂണിസ്റ്റുകാർക്ക് വേണ്ടിയാണോ മുന്നൂറു രൂപ ശമ്പളം പറ്റുന്ന വ്യക്തികൾ പണിമുടക്കുന്നത്? ആളുകൾക്ക് മുന്നോട്ടു പോകാൻ കഴിയാതായിരിക്കുന്നു. ഇവിടെ ഉള്ളവനും ഇല്ലാത്തവനുമുണ്ട്. മുതലാളിയും തൊഴിലാളിയുമുണ്ട്. ജന്മിയും കർഷകനുമുണ്ട്. അതിന്റെ ഫലമാണ് പണിമുടക്ക്. ജീവിക്കാനുള്ള കൂലി ജനങ്ങൾക്ക് കിട്ടുന്നില്ല. അത് തരണമെന്ന് അവർ നിർബന്ധിക്കുന്നു. ജനങ്ങളേ, നിങ്ങൾ നേതാക്കളോട് പറയുക: "നേതാക്കളേ, നിങ്ങളോട് ഞങ്ങൾക്ക് നല്ല ബഹുമാനമാണ്. പക്ഷേ, നിങ്ങൾ ഒന്നിക്കുന്നില്ലെങ്കിൽ ഞങ്ങൾ ഒന്നിക്കും. പാവപ്പെട്ട തൊഴിലാളിയും കർഷകനും ഒന്നിക്കും. ഈ നാട്ടിലെ ജനങ്ങൾ ഒന്നിക്കും. രാജ്യത്തെ കാര്യങ്ങൾ ഞങ്ങൾ തീരുമാനിക്കും." ഇതാണ് നിങ്ങൾ പറയേണ്ടത്. അല്ലാത്തപക്ഷം സാമ്രാജ്യത്വ വിരുദ്ധസമരം പരസ്പരം നാശംകൊയ്യുന്ന സമരമായി മാറും. സ്വാതന്ത്ര്യം ലഭിക്കുന്ന കാര്യത്തിൽ നമ്മൾ പരാജയപ്പെടും. ഇവിടെ തൊഴിലില്ലായ്മ വരും. ഭക്ഷണക്ഷാമം വരും. നമുക്കൊന്നും ലഭിക്കില്ല. ഇതാണ് ഇരുപത്തൊന്നിന്റെ പാഠം.

ഇപ്പോഴുള്ള റെയിൽവേ പണിമുടക്ക് പ്രത്യക്ഷ നടപടിയാണ്. അടിക്കുപകരം അടികൊടുക്കണം. ആയുധമെടുക്കണമെങ്കിൽ ആയുധമെടുക്കണം. ഇനിയങ്ങോട്ട് സത്യഗ്രഹംകൊണ്ട് മാത്രം ഒന്നും നേടില്ല. കോൺഗ്രസിന്റെയും ഗാന്ധിജിയുടെയും സത്യഗ്രഹംകൊണ്ട് എന്ത് നേടിയെന്ന് നിങ്ങൾ കണ്ടില്ലേ?

നമ്മൾ സംഘടിതമായി സമരം ചെയ്യണം. ഇരുപത്തൊന്നിലേതു പോലുള്ള സായുധസമരം. ഹിംസ ആവശ്യമെങ്കിൽ അതുതന്നെ വേണം.

അതിന് തയാറുള്ളവർ മുന്നോട്ടുവരട്ടെ. ബ്രിട്ടീഷ് ഗവൺമെന്റ് അക്രമം പ്രവർത്തിക്കുന്നു, എങ്കിൽ എന്തുകൊണ്ട് നമുക്കും അതായിക്കൂടാ? എനിക്ക് അഹിംസയിൽ ഒരു വിശ്വാസവുമില്ല. അതിൽ ആർക്കെങ്കിലും വിശ്വാസമുണ്ടെങ്കിൽ ആ മാർഗം സ്വീകരിച്ചോട്ടെ. ഇരുപത്തൊന്നിലെ സമരമാണ് നമുക്ക് പാഠം. എങ്കിലേ ബ്രിട്ടീഷ് ഗവൺമെന്റ് മുട്ടുമടക്കുക യുള്ളൂ. മുസ്ലീം കർഷകർ രാജ്യം ഭരിച്ചു. രാജ്യം ഭരിക്കാൻ ബി എക്കാ രനെ ആവശ്യമില്ല. സഖാവ് ഇസ്‌ഹാഖിന്റെ ആവശ്യമില്ല. കർഷകന്റെ ഭരണമാണ് വരുന്നത്.

ഇരുപത്തൊന്നിലെ സംഘടിത സമരമാണ് പ്രത്യക്ഷ സമരം. അക്കാ ര്യത്തിൽ നാം സ്വയം അഭിനന്ദിക്കുകയാണ്. അത്തരം സമരത്തിലൂടെ മാത്രമേ നമുക്ക് സ്വാതന്ത്ര്യം നേടാനാകൂ. സമരം സാമുദായികമാകാ തിരിക്കാൻ നാം വളരെ ശ്രമിക്കണം. സമരം സംഘടിതമാണെങ്കിൽ കൽക്കത്തയിൽ സംഭവിച്ചതുപോലെ സംഭവിക്കില്ല. അങ്ങനെ സംഭവി ക്കാതിരിക്കാൻ കോൺഗ്രസും ലീഗും ജനങ്ങളെ ഉപദേശിക്കണം. ഈ അവസ്ഥയിലെ വസ്തുതകൾ അവർക്ക് വിവരിച്ചു കൊടുക്കണം. എനിക്ക് കൂടുതലൊന്നും പറയാനില്ല. ഈ സമ്മേളനത്തിന്റെ ലക്ഷ്യം ഞാൻ നിങ്ങൾക്ക് വിവരിച്ചു തന്നു. അതേക്കുറിച്ചുള്ള കൂടുതൽ വിവര ങ്ങൾ *ദേശാഭിമാനി*യുടെ കോളങ്ങളിലുണ്ട്. അതിന്റെ കോപ്പികൾ വാങ്ങി ക്കൊണ്ട് ജനങ്ങൾ കാര്യങ്ങൾ അറിയണം. സാമുദായിക കലാപങ്ങളു ണ്ടാക്കുക ഞങ്ങളുടെ ലക്ഷ്യമല്ല. സ്വാതന്ത്ര്യത്തിനുവേണ്ടി ജീവൻ ത്യ ജിച്ച മാപ്പിള സഹോദരന്മാരെ സ്മരിക്കണമെന്ന് രാജ്യത്തിന്റെ മുഴുവൻ ജനങ്ങളോടും ഞാൻ ഉപദേശിക്കുന്നു."

ഈ പ്രസംഗത്തിന്റെപേരിൽ എ കെ ജിയെ ജയിലിലടച്ചു. സ്വാത ന്ത്ര്യം പ്രഖ്യാപിച്ച് സ്വതന്ത്ര ഗവൺമെന്റ് അധികാരത്തിൽ വന്നതോടെ എല്ലാ രാഷ്ട്രീയത്തടവുകാരെയും വിട്ടയച്ചപ്പോൾ എ കെ ജിക്കെതിരെ യുള്ള കേസ് നിലനിർത്തുകയും അദ്ദേഹത്തെ ജയിലിൽത്തന്നെ വയ്ക്കു കയും കേസ് തുടർന്നു നടത്താൻ സർക്കാർ തീരുമാനിക്കുകയും ചെയ്തു. ഇതിനെതിരെ 1942 സെപ്തംബർ രണ്ടിന് എ കെ ജി നൽകിയ ഹർജിയിൽ ഗവൺമെന്റ് നടപടിയെ ചോദ്യം ചെയ്തു. വെള്ളക്കാരന്റെ ഗവൺമെന്റും സ്വതന്ത്ര ഇന്ത്യാഗവൺമെന്റും തമ്മിലെന്ത് വ്യത്യാസ മാണ് ഉള്ളതെന്നും അദ്ദേഹം ചോദിച്ചു. "വെള്ളക്കാരൻ കോൺഗ്രസു കാരുടെ നേരെ ഉപയോഗിച്ച അതേ വെറുക്കപ്പെട്ട വൃത്തികെട്ട വകുപ്പു കൾതന്നെ എന്റെനേരെ ഉപയോഗിക്കുന്നതുകൊണ്ടും എന്നെ ശിക്ഷി ക്കുന്നതുകൊണ്ടും നാട്ടിൽ കുഴപ്പം വർധിക്കുവാനിടയാക്കുകയാണെന്ന് ഈ കേസിനനുമതി നൽകിയ ഗവർണറുടെ ആഗ്രഹത്തിന് സമ്മതം മൂളിയ കോൺഗ്രസ് ഗവൺമെന്റിനെ താക്കീത് ചെയ്യുവാൻ ഞാനാഗ്രഹി ക്കുന്നു" എന്ന് എ കെ ജി ഹർജിയിൽ ആവർത്തിച്ചു. "1921 ൽ ഖിലാ

ഫത്ത് കാലത്ത് ബ്രിട്ടീഷ് ഭരണത്തിനെതിരായി ഹിന്ദുക്കളും മുസ്ലീങ്ങളും ഒന്നായി യോജിച്ചുനിന്ന് ആയുധമെടുത്ത് സമരം ചെയ്ത മാപ്പിളമാരുടെ ത്യാഗവും ധീരതയും അഭിനന്ദനീയമാണ്. 1921 ലെ മലബാർ ലഹള യിലെ നല്ല ഭാഗങ്ങളെ സ്വീകരിക്കാനാഹ്വാനം നൽകുകയും അതിന്റെ ചീത്ത വശങ്ങളെ സൂക്ഷിക്കണമെന്ന് താക്കീത് ചെയ്യുകയും ചെയ്തിട്ടു ള്ളത് കുറ്റകരമാണെങ്കിൽ ഞാൻ കുറ്റക്കാരനാണ്" (എ കെ ജിയുടെ സ്റ്റേറ്റ്മെന്റ്).

5

പാലൊളി കമീഷൻ റിപ്പോർട്ട് പഠനം

ആയിരത്തിതൊള്ളായിരത്തി അമ്പത്തിയേഴിൽ ഐക്യകേരളം നിലവിൽ വന്നശേഷം അധികാരത്തിലേറിയ ശ്രീ. ഇ എം എസ് നമ്പൂതിരിപ്പാടിന്റെ നേതൃത്വത്തിലുള്ള നിയമസഭയാണ് മുസ്ലിങ്ങളാദി പിന്നോക്ക വിഭാഗങ്ങളുടെ കാര്യത്തിൽ ശ്രദ്ധേയമായ മുന്നേറ്റങ്ങളുണ്ടാക്കിയത്. മുസ്ലിങ്ങൾ സാമൂഹികമായും സാമ്പത്തികമായും വിദ്യാഭ്യാസപരമായും ഏറെ പിന്നോക്കത്തിലായിരുന്നു. ചരിത്രപരമായ കാരണങ്ങളാലും ഭരണകൂടങ്ങളുടെ അവഗണനയാലും ഈ സമുദായം ശ്രദ്ധിക്കപ്പെടാതെ പോയി. ആനുകൂല്യങ്ങളെക്കുറിച്ചോ അവകാശങ്ങളെക്കുറിച്ചോ അവബോധവും സമുദായത്തിനുണ്ടായില്ല. മതനേതൃത്വങ്ങൾക്കോ മുസ്ലീം രാഷ്ട്രീയ നേതൃത്വങ്ങൾക്കോ സമുദായത്തിന് ദിശാബോധമുണ്ടാക്കാനും കഴിഞ്ഞില്ല. വ്യാപാരത്തിലൂടെയും വിദേശവാസത്തിലൂടെയും ധനാഢ്യരായിത്തീർന്ന ഏതാനും പ്രമുഖരല്ലാതെ സമുദായാംഗങ്ങൾ പൊതുവേ ദരിദ്രരും കർഷകരുമായിരുന്നു. കഴിഞ്ഞകാലത്ത് കൊളോണിയൽ ശക്തികൾക്കെതിരെയും ജന്മിത്വത്തിനെതിരെയും പോരാടിയതിന്റെ പേരിൽ തിക്തമായ അനുഭവങ്ങളും സമുദായത്തിന് സഹിക്കേണ്ടിവന്നു. തങ്ങൾ നടത്തിയ പോരാട്ടങ്ങളും തങ്ങളുടെ ചരിത്രനേട്ടങ്ങളും സർക്കാരുകളും ഭൂരിപക്ഷ വർഗീയതയും സംയുക്തമായി തന്നെ മണ്ണിട്ടുമൂടി. സമുദായത്തിന്റെ അന്തസ്സ് വീണ്ടെടുക്കുന്നതിന് ഇ എം എസ് മന്ത്രിസഭ പല തീരുമാനങ്ങളുമെടുത്തു. വിദ്യാഭ്യാസമുള്ള മുസ്ലിങ്ങളെ കണ്ടെത്തി നിയമസഭയിലേക്ക് മത്സരിപ്പിക്കുകയും ടി എ മജീദിനെ പൊതുമരാമത്ത് മന്ത്രിയാക്കുകയും ചെയ്തു.

മലബാറിലെ മുസ്ലിങ്ങൾ പ്രത്യേകിച്ചും ഏറനാട്ടിലുള്ളവർ ഭൂരിപക്ഷവും കർഷകരും ജന്മിമാരിൽനിന്ന് നിരന്തരം യാതനകളനുഭവിക്കു

കയും ചെയ്തവരാണ്. ഭൂപരിഷ്കരണം കൊണ്ടല്ലാതെ ഈ ദുഃസ്ഥിതി
ക്ക്, മാറ്റം വരുത്താനാവില്ലെന്ന് ജന്മിത്വത്തിനെതിരെ എന്നും ശക്തമായി
നിലകൊണ്ട കമ്യൂണിസ്റ്റുകാരനെന്ന നിലയിൽ ശ്രീ. ഇ എം എസിന്
നല്ല ബോധ്യവുമുണ്ടായിരുന്നു. അതിനിടയ്ക്ക് മുസ്ലിങ്ങളെ സംബന്ധി
ച്ച ഒരു പ്രശ്നവും നാട്ടിലുണ്ടായി. അന്ന് പള്ളികൾ നിർമിക്കണമെങ്കിൽ
സർക്കാരിൽനിന്ന് പ്രത്യേകം അനുമതി വാങ്ങേണ്ടിയിരുന്നു. ഇത് ലഭി
ക്കുന്നതിനുവേണ്ടി അവർ നിരവധിതവണ മദ്രാസിലേക്ക് വണ്ടി കയറണ
മായിരുന്നു. കോൺഗ്രസിൽ സ്വാധീനമുള്ള ജന്മിമാരാകട്ടെ, പള്ളിനിർമി
ക്കുന്നതിനുള്ള അപേക്ഷ താമസിപ്പിക്കുകയോ നിരാകരിക്കുകയോ
ചെയ്യും. പലപ്പോഴും ഇതുമൂലം പള്ളിപ്പണി ഉപേക്ഷിക്കേണ്ട ഘട്ടങ്ങൾ
വരെയുണ്ടായി. ഇ എം എസിന്റെ നാടായ ഏലംകുളത്ത് ഇതുപോലൊരു
സംഭവമുണ്ടായി. ഒരു പള്ളി നിർമിക്കാൻ നാട്ടുകാരായ മുസ്ലിങ്ങൾ സ്ഥല
ത്തെ ലോക്കൽ ജന്മിയെ സമീപിച്ചു. അദ്ദേഹം സ്ഥലം കൊടുക്കാൻ
വിസമ്മതിച്ചുവെന്നു മാത്രമല്ല; പള്ളി നിർമിക്കുന്നതിന് തടയിടാൻ നേര
ത്തേതന്നെ മദ്രാസ് കോൺഗ്രസ് സർക്കാരിൽ പണിയൊപ്പിച്ച് വയ്ക്കു
കയും ചെയ്തു. മുസ്ലിങ്ങൾ അവരുടെ സങ്കടം ഇ എം എസിനെ അറിയി
ച്ചു. അദ്ദേഹവും ജന്മിയായിരുന്നല്ലോ. ഇ എം എസ് ഉടനെ പള്ളിക്ക്
സ്ഥലം നൽകുകയും പള്ളി നിർമിക്കാനാവശ്യമായ മരം പറമ്പിൽനിന്ന്
തന്നെ വെട്ടാൻ പറയുകയും ചെയ്തു. ഇ എം എസിന്റെ മനയ്ക്കലെ
കന്നുപൂട്ടുകാരനായ അവറാനിക്കയാണ് പള്ളി പരിപാലിച്ചത്. അവറാ
നിക്ക തന്നെയാണ് ഈ സംഭവം വിവരിച്ചുതന്നത്. ഈവക സംഭവങ്ങൾ
തീർച്ചയായും ഇ എം എസിന്റെ മുസ്ലീം സമുദായോദ്ധാരണത്തെ സ്വാധീ
നിച്ചിരിക്കാം.

ഇ എം എസിന്റെ ആദ്യ മന്ത്രിസഭ മുസ്ലിങ്ങൾക്ക് ഉദ്യോഗ-വിദ്യാ
ഭ്യാസ രംഗങ്ങളിൽ പത്തു ശതമാനം സംവരണം പ്രഖ്യാപിച്ചു. പള്ളി
നിർമിക്കുന്നതിന് സർക്കാരിന്റെ സമ്മതം വേണമെന്ന നിയമം പിൻവലി
ച്ചു. മലപ്പുറത്തുകാരുടെ കാർഷികോത്സവം കൂടിയായ മലപ്പുറം നേർച്ച
യ്ക്ക് സർക്കാർ ഏർപ്പെടുത്തിയ വിലക്ക് പിൻവലിച്ചുവെന്ന് മാത്രമല്ല;
നേർച്ചയുടെ സുഗമമായ നടത്തിപ്പിന് സംരക്ഷണം നൽകുകയും
ചെയ്തു. മലബാറിലെ മാപ്പിളമാർ നയിച്ച ബ്രിട്ടീഷ്‌വിരുദ്ധ സമരങ്ങ
ളെയും തൊള്ളായിരത്തി ഇരുപത്തൊന്നിലെ മലബാർ കലാപത്തെയും
സ്വാതന്ത്ര്യസമരമായി അംഗീകരിക്കാൻ കോൺഗ്രസും ഹിന്ദു വർഗീയ
വാദികളും തയാറായിരുന്നില്ല. പാകിസ്ഥാൻ പ്രക്ഷോഭം നടക്കുന്ന
സന്ദർഭത്തിൽ പ്രത്യേകിച്ചൊരു ബ്രിട്ടീഷ് വിരോധം സമ്പാദിക്കേണ്ടെന്ന്
കരുതി മുസ്ലീം ലീഗും മലബാർ കലാപത്തെ കൈയൊഴിച്ചിരുന്നു. അങ്ങ
നെ അവഗണിക്കപ്പെട്ട മലബാർ സമരങ്ങളെ സ്വാതന്ത്ര്യ സമരത്തിന്റെ
പദവിയിലേക്കുയർത്തുകയും അവ പഠനവിഷയമാക്കുകയും ചെയ്തു.
എന്നാൽ മാപ്പിളമാർക്ക് ഏറ്റവുമധികം സഹായകമായത് 1957 ൽ
അവതരിപ്പിക്കപ്പെട്ട കാർഷിക പരിഷ്കരണ ബില്ലാണ്. ബിൽ വന്നപ്പോ

ഴാണ് ജന്മിമാർ മതനേതാക്കളെ കൂട്ടുപിടിച്ച് വിമോചന സമരവുമായി മുന്നോട്ടുവന്നത്. എന്നാൽ അൽപ്പം മാറ്റങ്ങളോടെയാണെങ്കിലും പിന്നീടു വന്ന കോൺഗ്രസ് സർക്കാരിന് പരിഷ്കരണങ്ങൾ അംഗീകരിക്കേണ്ടി വന്നു. 1960 ഒക്ടോബറിൽ ബിൽ നിയമമായെങ്കിലും 1961 ൽ അത് ഹൈക്കോടതി ഭരണഘടനാ വിരുദ്ധമാണെന്നു പറഞ്ഞ് റദ്ദാക്കി. പിന്നീട് ഹൈക്കോടതിക്ക് ഇടപെടാൻ കഴിയാത്തവിധം പുതിയ നിയമം കൊണ്ടു വന്നു. അതേസമയം നിയമം നടപ്പാവാത്ത തരത്തിൽ തടസങ്ങളും അന്ന ത്തെ കോൺഗ്രസ് സർക്കാർതന്നെ എഴുതിച്ചേർത്തതുകൊണ്ട് കാര്യ മായ നേട്ടങ്ങളുണ്ടാവാൻ കാലതാമസം ഉണ്ടായി. ദാനം, പണയം, സമ്മാ നം തുടങ്ങിയ പേരുകളിലും കായൽ എസ്റ്റേറ്റ് തുടങ്ങിയ പേരുകളിലും തങ്ങളുടെ ഭൂമി നിലനിർത്താൻ ജന്മിമാർക്ക് പഴുതുണ്ടായി. മലബാറിൽ ജന്മിമാർ വ്യാപകമായി റബ്ബർ നട്ട് സീലിങ്ങിൽനിന്ന് രക്ഷപ്പെട്ടു. 1967 ൽ വീണ്ടും അധികാരത്തിൽവന്ന ഇ എം എസ് സർക്കാർ പഴുതുകളൊക്കെ അടച്ച് നിയമം കർശനമായി തന്നെ നടപ്പാക്കി. അതോടെ മലബാറിലെ മാപ്പിളമാർക്ക് സ്വന്തമായി ഭൂമി ലഭിച്ചു എന്നു മാത്രമല്ല; ജന്മിമാരുടെ മനപ്പടിക്കൽ ഓച്ഛാനിച്ചുനിൽക്കേണ്ട ഗതികേട് ഇല്ലാതായിക്കിട്ടുകയും ചെയ്തു. പള്ളിയും മദ്രസകളും നിർമിക്കാൻ യഥേഷ്ടം സൗകര്യം ലഭിച്ചു.

വിമോചന സമരത്തിലെ തെറ്റുതിരുത്തി കമ്മ്യൂണിസ്റ്റുപാർട്ടിയുമായി സഹകരിക്കാൻ തയാറായ ബാഫഖി തങ്ങളുടെ ആത്മാർഥത മനസിലാ ക്കിയ ഇ എം എസ് അന്നത്തെ മുസ്ലീം ലീഗിനെക്കൂടി 1967 ലെ മന്ത്രി സഭയിൽ പങ്കാളിയാക്കി. ഇതുവഴി മുസ്ലീം സമുദായത്തിന്റെ ഉദ്ധാരണ പ്രവർത്തനങ്ങൾ ത്വരിതപ്പെടുത്തുക എന്ന ലക്ഷ്യംകൂടി ഇ എം എസ് മുന്നിൽ കണ്ടു. മുസ്ലീങ്ങൾ വിദ്യാഭ്യാസരംഗത്ത് അനുഭവിക്കുന്ന പിന്നോ ക്കാവസ്ഥ മുഖ്യ അജണ്ടയായി കണ്ട് ഈ പ്രാവശ്യം വിദ്യാഭ്യാസ മന്ത്രി യായി മുസ്ലീംലീഗിലെ സി എച്ച് മുഹമ്മദ് കോയയെത്തന്നെ നിയമിച്ചു. പഞ്ചായത്ത് മന്ത്രിയായി ലീഗിലെതന്നെ അഹ്മദ് കുരിക്കളെയും നിയ മിച്ചു. കോൺഗ്രസ് പാർട്ടി മുസ്ലീംലീഗിന് ഒരു മന്ത്രിയെപ്പോലും അനു വദിക്കാത്ത സന്ദർഭത്തിലാണ് ഇ എം എസ് അവർക്ക് രണ്ടു മന്ത്രിസ്ഥാന ങ്ങൾ നൽകിയത്. ഒപ്പം മലബാറിലെ കമ്മ്യൂണിസ്റ്റ് മുസ്ലീം നേതാവായ ഇമ്പിച്ചി ബാവയെയും അദ്ദേഹം മന്ത്രിസഭയിലുൾപ്പെടുത്തി. മുസ്ലീം മന്ത്രിയായി പി എൻ പി യിലെ ശ്രീ. പി കെ കുഞ്ഞുവും ഉണ്ടായിരുന്നു.

1967 ലെ മന്ത്രിസഭ കേരളത്തിലെ മുസ്ലീങ്ങളുടെ പുരോഗതിക്കായി പല പദ്ധതികളും കൊണ്ടുവന്നു. അതിൽ പ്രധാനമാണ് 1969 ജൂൺ 16ന് മലപ്പുറം ജില്ല രൂപീകരിച്ചത്. അതോടൊപ്പംതന്നെ പ്രദേശത്തെ ജനങ്ങ ളുടെ ഉന്നതവിദ്യാഭ്യാസം ലക്ഷ്യമാക്കി 1968 ൽ കോഴിക്കോടിനടുത്ത് കാലിക്കറ്റ് യൂണിവേഴ്സിറ്റിയും സ്ഥാപിച്ചു. അന്നത്തെ റവന്യൂമന്ത്രി യായിരുന്ന ശ്രീമതി ഗൗരിയമ്മയുടെ നേതൃത്വത്തിൽ മലപ്പുറം ജില്ലയും വിദ്യാഭ്യാസമന്ത്രി ശ്രീ. സി എച്ച് മുഹമ്മദ് കോയയുടെ നേതൃത്വത്തിൽ

സർവകലാശാലയും നിലവിൽ വന്നു. സ്കൂളുകളിൽ അറബി തസ്തി കകൾ സ്ഥാപിച്ചുകൊണ്ട് അറബിപഠനം വ്യാപകമാക്കുകയും അതു വഴി മുസ്ലീങ്ങൾക്ക് അറബി അധ്യാപകരായി ജോലി ലഭിക്കുകയും ചെയ്തു. മലബാറിൽ പലേടത്തും സർക്കാർ തലത്തിലും എയ്ഡഡ് തലത്തിലും സ്കൂളുകളും കോളേജുകളും തുടങ്ങി. അങ്ങനെ മുസ്ലീങ്ങൾ എല്ലാ രംഗങ്ങളിലും പുരോഗതി നേടി. ഒപ്പം ഭൂപരിഷ്കരണം വഴി മുസ്ലീം കർഷകർക്കു ഭൂമി സ്വന്തമായി ലഭിച്ചു. മുസ്ലീം പെൺകുട്ടികൾക്ക് സ്കോളർഷിപ്പ് നൽകി.

ഇ എം എസ് മന്ത്രിസഭയ്ക്കുശേഷം മുസ്ലീങ്ങളടക്കമുള്ള പിന്നോക്ക സമുദായങ്ങളുടെ കാര്യത്തിൽ നടപടികളുണ്ടാവുന്നത് നായനാർ സർക്കാരിന്റെ കാലത്താണ്. അദ്ദേഹം 2000 ഫെബ്രുവരിയിൽ ജസ്റ്റിസ് നരേന്ദ്രന്റെ നേതൃത്വത്തിൽ ഉദ്യോഗതലങ്ങളിൽ പിന്നോക്ക വിഭാഗങ്ങ ളുടെ സാന്നിധ്യത്തിന്റെ കണക്കെടുക്കാൻ ഒരു കമീഷനെ നിയോഗിച്ചു. ഉദ്യോഗരംഗങ്ങളിൽ മുസ്ലീങ്ങൾ ഏറ്റവും പിന്നിലാണെന്നും അവർക്ക് ലഭിക്കേണ്ട 7383 പോസ്റ്റുകൾ ഒഴിഞ്ഞുകിടക്കുകയാണെന്നും കണ്ടെത്തി. കോൺഗ്രസ് ഭരണകാലത്താണ് ഈ റിപ്പോർട്ട് സമർപ്പിക്കപ്പെട്ടത്. പക്ഷേ, സർക്കാർ ഈ റിപ്പോർട്ട് മൂടിവച്ചു. പിന്നോക്കവിഭാഗങ്ങളുടെ നിരന്തരമായ സമ്മർദംമൂലം റിപ്പോർട്ടിലെ വിശദാംശങ്ങൾ വെളിപ്പെടു ത്തേണ്ടി വന്നു. മുസ്ലീങ്ങൾ, ലത്തീൻ കത്തോലിക്കർ, നാടാർ, ഈഴവ വിഭാഗങ്ങളടക്കമുള്ളവർ റിപ്പോർട്ട് നടപ്പാക്കണമെന്ന ആവശ്യവുമായി രംഗത്തുവന്നു. സർക്കാരിൽ മുസ്ലീംലീഗിന് സ്വാധീനമുണ്ടായിട്ടും കോൺഗ്രസ് സമ്മർദത്തിന് വഴങ്ങേണ്ടിവന്നു. അതോടെ റിപ്പോർട്ടിന്റെ നില പരുങ്ങലിലായി, ഒപ്പം മുസ്ലീംലീഗിന്റെയും. തൊട്ടടുത്ത ലോക്സഭാ തിരഞ്ഞെടുപ്പിൽ മഞ്ചേരി സീറ്റ് ലീഗിന് നഷ്ടപ്പെട്ടു. നിയമസഭയിൽ മലപ്പുറം ജില്ലയിൽവരെ പാർട്ടി പാളിപ്പോയി, ഭരണവും നഷ്ടപ്പെട്ടു.

പാലൊളി കമീഷൻ റിപ്പോർട്ട്

ഇ എം എസ് മന്ത്രിസഭയ്ക്കുശേഷം മുസ്ലീം ന്യൂനപക്ഷത്തിന് ശ്രദ്ധേയമായ നേട്ടങ്ങളുണ്ടായത് 2006 ലെ ഇടതുപക്ഷ സർക്കാരിന്റെ കാലത്താണ്. ജസ്റ്റിസ് രജീന്ദർ സച്ചാർ ചെയർമാനായ കമ്മിറ്റി ഇന്ത്യൻ മുസ്ലീങ്ങളുടെ ശോച്യാവസ്ഥയെക്കുറിച്ച് പഠിച്ച് 2006 നവംബർ 30ന് കേന്ദ്ര സർക്കാരിന് റിപ്പോർട്ട് സമർപ്പിച്ചിരുന്നു. പ്രമാദമായ ഈ റിപ്പോർട്ട് സച്ചാർ റിപ്പോർട്ട് എന്ന പേരിൽ അറിയപ്പെട്ടു. ഇന്ത്യയിലെ മുസ്ലീങ്ങളുടെ സ്ഥിതി പട്ടികജാതിക്കാരെക്കാളും ദയനീയമാണെന്ന് സമിതി കണ്ടെ ത്തി. അതിന്റെയടിസ്ഥാനത്തിൽ കേരളത്തിൽ ഒരു പ്രത്യേക പഠനം നടത്തുന്നതിന് 2007 ഒക്ടോബർ പത്തിന് മുഖ്യമന്ത്രി ശ്രീ. വി എസ് അച്യുതാനന്ദൻ തദ്ദേശ സ്വയംഭരണ വകുപ്പുമന്ത്രി പാലൊളി മുഹമ്മദ് കുട്ടിയുടെ കീഴിൽ പതിനൊന്ന് അംഗങ്ങളുള്ള ഒരു വിദഗ്ധ സമിതിയെ നിയോഗിച്ചു. ഇനി പറയുന്നവരാണ് മെമ്പർമാർ:

1.   ടി കെ ഹംസ എം പി
2.   കെ ഇ ഇസ്മായിൽ എം പി
3.   എ എ അസീസ് എം എൽ എ
4.   ഡോ. കെ ടി ജലീൽ എം എൽ എ
5.   ഡോ. ഹുസൈൻ രണ്ടത്താണി
6.   ടി കെ വിൽസൻ (റിട്ട. ജഡ്ജ്)
7.   ഡോ. പി എ ഫസൽ ഗഫൂർ
8.   ഒ അബ്ദു റഹ്മാൻ
9.   കടയ്ക്കൽ അബ്ദുൽ അസീസ് മൗലവി
10.   അഹ്മദ് കുഞ്ഞ് കാസർഗോഡ്

കേരളത്തിലെ എല്ലാ ജില്ലകളിലും സിറ്റിങ് നടത്തി വിവരങ്ങൾ ശേഖ
രിച്ചശേഷം 2008 ഫെബ്രുവരി 21ന് കമ്മിറ്റി മുഖ്യമന്ത്രിക്ക് റിപ്പോർട്ട്
സമർപ്പിച്ചു. 6.5.2008 ലെ ജി ഒ പ്രകാരം (എം എസ് 148/8/പൊ ഭ വ)
സർക്കാർ പ്രസ്തുത റിപ്പോർട്ട് പൂർണമായും അംഗീകരിച്ചു. വിവിധ ജില്ല
കളിൽനിന്ന് ലഭിച്ച നൂറോളം നിവേദനങ്ങളെ അടിസ്ഥാനമാക്കിയാണ്
കമ്മിറ്റി റിപ്പോർട്ട് തയാറാക്കിയത്. റിപ്പോർട്ടിലെ നിർദേശങ്ങൾ ഇനി
പറയുന്നു:

1. പൊതുവിദ്യാഭ്യാസം

1.   മുസ്ലീം കേന്ദ്രീകൃത പ്രദേശങ്ങളിൽ വിശദമായ പഠനം നടത്തി
   പ്രൈമറി വിദ്യാലയങ്ങളും ഹൈസ്കൂളുകളും ഹയർ സെക്കൻഡറി
   സ്കൂളുകളും സ്ഥാപിക്കണം. ഒരു വാർഡിൽ ഒരു പ്രൈമറി സ്കൂൾ,
   ഒരു പഞ്ചായത്തിൽ ഒരു ഹയർ സെക്കന്ററി എന്ന തത്വം പ്രായോ
   ഗികമാക്കണം.
2.   തമിഴ്നാട്, കർണാടക എന്നീ സംസ്ഥാനങ്ങളോടു ചേർന്നുകിട
   ക്കുന്ന ഭാഷാ ന്യൂനപക്ഷ അതിർത്തിദേശങ്ങളിൽ പ്രാപ്തരായ
   അധ്യാപകരെ നിയമിക്കണം.
3.   മുസ്ലീം പെൺകുട്ടികൾക്ക് ഹോസ്റ്റൽ സൗകര്യത്തോടുകൂടിയ
   വിദ്യാഭ്യാസ സ്ഥാപനങ്ങൾ വേണം. ആസാദ് ഫൗണ്ടേഷന്റെയും
   ഇതര ഏജൻസികളുടെയും സഹായം ഇതിന് വേഗത്തിൽ ലഭ്യമാ
   ക്കണം.
4.   ഹൈസ്കൂൾ–ഹയർസെക്കന്ററി വിദ്യാഭ്യാസം നേടുന്നതോടെ
   മുസ്ലീം പെൺകുട്ടികൾക്ക് തൊഴിലവസര കോഴ്സുകൾ പഠിക്കാ
   നുള്ള സൗകര്യങ്ങളുണ്ടാക്കണം.
5.   അനൗപചാരിക വിദ്യാഭ്യാസ പരിപാടികളുടെ ഭാഗമായി മുസ്ലീം
   ഭൂരിപക്ഷ കേന്ദ്രങ്ങളിൽ വിദ്യാഭ്യാസ കേന്ദ്രങ്ങൾ സ്ഥാപിക്കണം.
6.   വിദ്യാർഥികളുടെയും വിദ്യാലയങ്ങളുടെയും എണ്ണവും ഭൂവിസ്തൃതി
   യുടെ ഏറ്റക്കുറവും പരിഗണിച്ചുകൊണ്ട് വിദ്യാഭ്യാസ ജില്ലാ ഉപ

ജില്ലാ പുനഃസംഘടന നടത്തേണ്ടതാണ്. അതോടൊപ്പം എല്ലാ വിദ്യാഭ്യാസ ജില്ലാ ഓഫീസുകളോടും ചേർന്ന് ടെക്സ്റ്റ്ബുക്ക് ഡിപ്പോയും ആരംഭിക്കണം.

7. സംസ്ഥാനത്തെ മുഴുവൻ മത്സ്യത്തൊഴിലാളികളുടെയും കുട്ടി കൾക്ക് സൗജന്യമായി ഭക്ഷണം, വസ്ത്രം, പഠനോപകരണങ്ങൾ എന്നിവ ലഭ്യമാക്കേണ്ടതാണ്. ഇക്കാര്യത്തിൽ കൊല്ലം ചവറ ഭാഗ ങ്ങളിൽ തുടർന്ന വരുന്ന രീതി മറ്റുഭാഗങ്ങളിലും സത്വരം നടപ്പാ ക്കേണ്ടതാണ്.

8. കേരളത്തിൽ അലിഗഡ് മുസ്ലീം സർവകലാശാലയുടെ കേന്ദ്രം സ്ഥാപിക്കണം. അതിനാവശ്യമായ നടപടികൾ സത്വരം നടപ്പാക്ക ണം.

9. ആർട്സ് & സയൻസ് കോളേജുകളുടെ കാര്യത്തിൽ തെക്കും വടക്കും പ്രദേശങ്ങൾ തമ്മിൽ ഗണ്യമായ അന്തരമുണ്ട്. അതില്ലാതാ ക്കാൻ മലബാറിൽ കൂടുതൽ ആർട്ട്സ് ആന്റ് സയൻസ് കോളേജു കൾ സ്ഥാപിക്കണം.

10. ദേശീയ ഉർദുഭാഷാ പ്രോത്സാഹന കൗൺസിൽ ഉർദു ഭാഷാ അധ്യാപകർക്ക് നൽകിവരുന്ന ഓണറേറിയം പുനഃസ്ഥാപിക്കണം. വിദ്യാഭ്യാസ ഡയറക്ടറേറ്റിൽ ഉർദുഭാഷാ പഠനമേൽനോട്ടങ്ങൾ ക്കായി സ്പെഷ്യൽ ഓഫീസറെ നിയമിക്കണം.

11. മുസ്ലീം പെൺകുട്ടികളുടെ വിദ്യാഭ്യാസ കാര്യങ്ങളിൽ പ്രത്യേക മേൽനോട്ടം വഹിക്കുന്നതിനുവേണ്ടി നിലവിൽ മലപ്പുറം, കോഴി ക്കോട്, പാലക്കാട് എന്നീ ജില്ലകളിൽ ഉള്ളതുപോലെ കണ്ണൂർ, വയ നാട്, കൊല്ലം, എറണാകുളം എന്നീ ജില്ലകളിൽക്കൂടി ഐ എം എ, ഐ എം ഇ തസ്തികകൾ അനുവദിക്കേണ്ടതാണ്.

12. കൊണ്ടോട്ടിയിലെ മോയിൻകുട്ടി വൈദ്യർ സ്മാരകം പോലുള്ള സ്ഥാപനങ്ങളെ ശക്തിപ്പെടുത്തുകയും അവയുടെ പ്രവർത്തന ങ്ങൾക്ക് കൂടുതൽ ധനസഹായം നൽകേണ്ടതുമാണ്. തെക്കൻകേര ളത്തിൽ വക്കം മൗലവി പോലുള്ളവരുടെ പേരിൽ സമാനസ്വഭാവ മുള്ള സ്ഥാപനങ്ങൾക്ക് രൂപംനൽകുകയും ചരിത്ര പരിപോഷണ നടപടികൾ സ്വീകരിക്കുകയും ചെയ്യേണ്ടതാണ്. പുകൾപെറ്റ മാപ്പിള പ്പാട്ടുകളും മറ്റ് മാപ്പിള കലാരൂപങ്ങളും സംരക്ഷിക്കുകയും പരി പോഷിപ്പിക്കുകയും ചെയ്യേണ്ടതാണ്. ഇതിനായി ആഘോഷങ്ങളും അവാർഡുകളും ഏർപ്പെടുത്തേണ്ടതാണ്.

13. ഹയർസെക്കന്ററി സ്കൂളുകൾ കേന്ദ്രീകരിച്ച് പ്രാദേശിക പ്രാധാന്യ മുള്ള സേവന ചെറുകിട തൊഴിൽ പരിശീലനത്തിന് ഉതകുന്ന അവ ധിക്കാല കോഴ്സുകളും സാധ്യതാ ബോധവൽകരണവും സംഘടി പ്പിക്കേണ്ടതാണ്.

14. പ്രധാനമന്ത്രിയുടെ പതിനഞ്ചിന പരിപാടിയിൽ ഉപരിവിദ്യാഭ്യാസ

ത്തിന് പ്രോത്സാഹനമാകുന്ന ഘടകങ്ങൾ കേരളത്തിലെ മുസ്ലീം വിദ്യാർഥികളിൽ അർഹരായ എല്ലാവർക്കും ലഭിക്കുന്നു എന്ന് ഉറപ്പു വരുത്തേണ്ടതാണ്.

15. കേരളത്തിൽ വ്യവസ്ഥാപിതമായി പ്രവർത്തിച്ചുകൊണ്ടിരിക്കുന്ന അൺ എയ്ഡഡ് സി ബി എസ് ഇ സ്കൂളുകൾക്ക് വിദ്യാഭ്യാസ വകുപ്പ് എൻ ഒ സി നൽകേണ്ടതാണ്.

16. മുസ്ലീം മാനേജ്മെന്റുകൾക്കു കീഴിലുള്ള കോളേജുകളിലും മുസ്ലീം കേന്ദ്രീകൃത പ്രദേശങ്ങളിലുള്ള സർക്കാർ/എയ്ഡഡ് കോളേജുക ളിലും പുതിയ കോഴ്സുകളും ബാച്ചുകളും ആരംഭിക്കേണ്ടതാണ്.

17. സാമൂഹികനീതി ഉറപ്പു വരുത്തുന്നതിന് അൺ എയ്ഡഡ് പ്രൊഫ ഷണൽ കോഴ്സുകളിൽ സംവരണം നടപ്പാക്കണം.

18. വ്യവസ്ഥാപിതമായ രീതിയിൽ പ്രവർത്തിക്കുന്ന മുസ്ലീം സംഘട നകൾക്കും സഹകരണനിയമമനുസരിച്ച് പ്രവർത്തിക്കുന്ന സൊസൈറ്റികൾക്കും എയ്ഡഡ് വിദ്യാഭ്യാസ സ്ഥാപനങ്ങൾ അനു വദിക്കേണ്ടതാണ്. ഇത്തരം സ്ഥാപനങ്ങളിൽ സാമൂഹികനീതി ഉറപ്പു വരുത്തേണ്ടതുമാണ്.

19. ഫിനിഷിങ് കോഴ്സുകളിലൂടെ യുവതലമുറയെ മത്സരപ്പരീക്ഷ കൾക്കും വ്യക്തിത്വവികസനത്തിനും പ്രാപ്തമാക്കേണ്ടതാണ്.

20. കേന്ദ്ര നിർദേശപ്രകാരമുള്ള ഉർദു ഐ ടി ഐകൾ സാധ്യതയുള്ള ജില്ലകളിൽ ആരംഭിക്കേണ്ടതാണ്.

21. സംസ്ഥാനത്ത് പ്രവർത്തിക്കുന്ന സ്ഥാപനങ്ങളെക്കുറിച്ചും അവ യിലെ കോഴ്സുകളും അപേക്ഷ കാലയളവുകളും മറ്റും സംബ ന്ധിച്ചും ആവശ്യമായ പ്രചാരണം പത്രമാധ്യമങ്ങളിലും തൊഴില ധിഷ്ഠിത പ്രസിദ്ധീകരണങ്ങളിലും യഥാസമയങ്ങളിൽ നൽകണം. പി ആർ ഡി പോലുള്ള വകുപ്പുകൾ ഇക്കാര്യത്തിൽ ഫലപ്രദമായ പ്രവർത്തനം നടത്തണം.

22. ഉയർന്ന തസ്തികകളിലെ മുസ്ലീം പ്രാതിനിധ്യം വർധിപ്പിക്കാൻ അടി യന്തര സ്വഭാവമുള്ള പരിശീലന പ്രവർത്തനങ്ങൾ സംഘടിപ്പി ക്കേണ്ടതാണ്. കേരളത്തിൽ മുസ്ലീം കേന്ദ്രീകരണമുള്ള ഏഴു ജില്ല കളിലെങ്കിലും ഇത്തരം സംവിധാനം വേണം.
മുസ്ലീം മാനേജ്മെന്റുകളെ ഇതിനായി ഉപയോഗിക്കാവുന്നതാണ്. അതിനായി വർഷംതോറും അമ്പതു ലക്ഷംരൂപ സർക്കാർ ഗ്രാന്റായി നൽകുകകൂടി വേണം.

23. ഗൾഫിലുള്ളവരുടെ തുടർപഠനത്തിന് കേരളത്തിലെ യൂണിവേഴ്സി റ്റികളുടെ വിദൂര പഠനകേന്ദ്രങ്ങൾ അവിടെ തുടങ്ങണം. എസ് എസ് എൽ സി എ ലെവൽ പരീക്ഷകൾക്ക് ഗൾഫ് രാജ്യങ്ങളിൽ കേന്ദ്ര ങ്ങൾ വേണം. ഒരു അറബി സർവകലാശാല കേരളത്തിൽ സ്ഥാപി ക്കുകയും ഉർദു വിദേശഭാഷകൾ എന്നിവ പ്രസ്തുത സർവകലാ

ശാലയുടെ കീഴിൽ കൊണ്ടുവരികയും വേണം.

24. മദ്രസാ വിദ്യാഭ്യാസത്തിന്റെ നവീകരണം കേന്ദ്ര നിർദേശ ങ്ങൾക്കനുസൃതമായി കേരളത്തിൽ പ്രായോഗികമായി നടപ്പാക്കുന്ന തിനുള്ള പദ്ധതികൾ വേണം. കേന്ദ്ര സർക്കാർ നൽകുന്ന ഗ്രാന്റ് കാലവിളംബം കൂടാതെ ലഭിക്കാൻ നടപടി സ്വീകരിക്കണം.

25. ഒന്നര ലക്ഷം വരുന്ന മദ്രസാധ്യാപകർക്ക് നാമമാത്ര പ്രതിഫല മാണ് ലഭിക്കുന്നത്. ഇവരുടെ ജീവിതനിലവാരം വളരെ പിന്നിലാണ്. വാർധക്യം ക്ലേശകരവുമാണ്. ഇവർക്ക് ക്ഷേമപദ്ധതികളേർപ്പെ ടുത്തി പെൻഷൻ ഏർപ്പെടുത്തേണ്ടതാണ്. പ്രാരംഭ പ്രവർത്തന ങ്ങൾക്ക് ഒരുകോടി രൂപ ഗ്രാന്റ് നൽകി ക്ഷേമനിധി ബോർഡിന് രൂപംനൽകേണ്ടതാണ്.

26. അനാഥാലയങ്ങളുടെ ക്ഷേമം ലാക്കാക്കി അവയ്ക്കുള്ള ഗ്രാന്റ് 250 രൂപയാക്കി വർധിപ്പിക്കണം. പ്രതിവർഷം 25 രൂപയുടെ വർധനവ് അനുവദിക്കുകയും വേണം.

2. സാമൂഹിക സുരക്ഷിതത്വം

1. തീരദേശ മലയോര തോട്ടംമേഖലയിലെ തൊഴിലാളികളായ മുസ്ലീങ്ങളുടെ ദയനീയാവസ്ഥ കണക്കിലെടുത്ത് പുനരധിവാസം സാധ്യമാക്കണം. കേന്ദ്ര സംസ്ഥാന സർക്കാരുകൾ ആരംഭിക്കുന്ന വാസഗൃഹ നിർമാണ പരിപാടികളിൽ ഈ പ്രദേശങ്ങളിൽ പിന്നോക്കം നിൽക്കുന്ന മുസ്ലീം കുടുംബങ്ങൾക്ക് മുൻഗണന നൽക ണം.

2. തീരപ്രദേശത്തെ രൂക്ഷമായി കുടിവെള്ളക്ഷാമം പരിഹരിക്കാൻ സ്ഥായിയായ കുടിവെള്ള വിതരണ പരിപാടികൾക്ക് രൂപംനൽകണം.

3. ആളോഹരി കൈവശഭൂമിയുടെ കാര്യത്തിൽ മുസ്ലീങ്ങളുടെ സ്ഥിതി വളരെ ദയനീയമാണ്. പ്രാദേശിക ഭരണസ്ഥാപനങ്ങൾ ആവിഷ്ക രിക്കുന്ന ഭവന യോഗ്യ ഭൂവിതരണ പരിപാടികളിലും മിച്ചഭൂമി വിത രണത്തിലും ദാരിദ്ര്യരേഖയ്ക്ക് താഴെവരുന്ന മുസ്ലീം കുടുംബ ങ്ങൾക്ക് അർഹമായ പരിഗണന നൽകേണ്ടതാണ്.

4. കോടതിയിൽ ഉയർന്നുവരുന്ന വിദ്യാഭ്യാസ സ്ഥാപനങ്ങളുമായി ബന്ധപ്പെട്ട തർക്കങ്ങളുടെ പശ്ചാത്തലത്തിൽ കേരളത്തിലെ മുസ്ലീങ്ങളും ക്രിസ്ത്യാനികളും ന്യൂനപക്ഷങ്ങളല്ല എന്ന പരാമർശം ഉണ്ടായിട്ടുണ്ട്. ഔദ്യോഗികമായി വന്നിട്ടുള്ള ഈ പരാമർശം ആശങ്ക യോടെയാണ് ന്യൂനപക്ഷങ്ങൾ കാണുന്നത്. ഇത് ആവർത്തിക്കാ തിരിക്കാൻ സർക്കാർ ശ്രദ്ധിക്കണം.

5. മതസൗഹാർദം പരിപോഷിപ്പിക്കാൻ പ്രാദേശിക ഭരണസ്ഥാപന ങ്ങൾ മുൻകൈയെടുത്ത് വർഷത്തിലൊരിക്കലെങ്കിലും അവയുടെ

പരിധിയിൽവരുന്ന മുഴുവൻ ജനങ്ങളെയും ബന്ധിപ്പിച്ചുകൊണ്ടുള്ള സൗഹൃദ കൂട്ടായ്മ സംഘടിപ്പിക്കേണ്ടതാണ്.

6. മുസ്ലീം കുടുംബങ്ങളുടെ സാമ്പത്തിക പിന്നോക്കാവസ്ഥ പരിഹരി ക്കാൻ നടപടികൾ ആവശ്യമാണ്. പിന്നോക്ക ക്ഷേമ കോർപ്പറേ ഷന്റെ വായ്പകളിൽ സാമ്പത്തികമായി പിന്നോക്കംനിൽക്കുന്ന മുസ്ലീം കുടുംബങ്ങൾക്ക് അർഹമായ പരിഗണന നൽകേണ്ടതാ ണ്. അടിയന്തിര പരിഗണന ആവശ്യപ്പെടുന്നതാണ് നഗരങ്ങളിലെ ചേരികളും തീരപ്രദേശങ്ങളിലെ വിഴിഞ്ഞം, പൂവാർ, പയ്യാനക്കൽ, മാറാട്, പൊന്നാനി തുടങ്ങിയ പ്രദേശങ്ങളും. ഇവയുടെ പ്രശ്നപ രിഹാരത്തിനും വികസനത്തിനും പുനരധിവാസത്തിനും ചേരിവി കസന പരിപാടികൾക്ക് മുൻഗണന നൽകേണ്ടതാണ്.

7. മുസ്ലീം സമുദായത്തെ വഷളായി ചിത്രീകരിക്കാനും അവർ സമാ ധാന ഭഞ്ജകരും ഭീകരരുമാണെന്ന് വരുത്താനുമുള്ള കൊണ്ടു പിടിച്ച ശ്രമങ്ങൾ വ്യാപകമായി നടന്നുവരുന്നു. സാമ്രാജ്യത്വ ശക്തി കളുടെ കൈകൾ ഈ പ്രചാരണത്തിനു പിന്നിൽ ശക്തമായി നില കൊള്ളുന്നു. ആപൽക്കരമായ ഈ പ്രചാരണത്തെ ചെറുക്കേണ്ട തുണ്ട്. മുസ്ലീം വിരുദ്ധമായ മാധ്യമപ്രചാരണം തടയുന്നതിനാവ ശ്യമായ നടപടികൾ ആവശ്യമാണ്. വിദ്വേഷജനകമായ പ്രസംഗ ങ്ങൾ, ലേഖനങ്ങൾ എന്നിവ തടയാൻ നിയമനിർമാണംവഴി സാധി ക്കണം. എല്ലാ മതവിഭാഗങ്ങൾക്കും സംരക്ഷണം നൽകേണ്ടതു ണ്ട്. ഇത്തരം പ്രചാരണങ്ങൾക്കടിമപ്പെട്ട് തീവ്രവാദികൾ എന്ന സംശയത്തിൽ നിയമപാലകർ നിരപരാധികളെ പീഡിപ്പിക്കുന്ന നട പടികൾ ആവർത്തിക്കാതിരിക്കാനുള്ള ജാഗ്രത ഔദ്യോഗിക തല ങ്ങളിൽ നിന്നുണ്ടാകേണ്ടതാണ്.

3. വിദ്യാഭ്യാസ ഉദ്യോഗസ്ഥ സംവരണം

1. മുസ്ലീങ്ങൾ ഉൾപ്പെടെയുള്ള ന്യൂനപക്ഷ വിഭാഗങ്ങൾക്ക് സംവര ണത്തിൽ ഉണ്ടായിട്ടുള്ള നഷ്ടം നികത്തുന്നതിന് സ്പെഷ്യൽ റിക്രൂട്ടുമെന്റ് വേണമെന്ന നിർദേശം എങ്ങനെ പ്രാവർത്തികമാ ക്കാൻ കഴിയുമെന്ന പരിശോധന അനിവാര്യമാണ്. ഇതിനായി ഒരു ഉന്നതാധികാര കമ്മിറ്റി രൂപീകരിക്കേണ്ടതും ശുപാർശകൾ സമർപ്പി ക്കേണ്ടതുമാണ്. അതോടൊപ്പം സംവരണ തത്വം പാലിക്കുന്നതിന് പി എസ് സി അനുവർത്തിച്ചുവരുന്ന യൂണിറ്റ് സിസ്റ്റംമൂലം ചെറിയ തോതിലെങ്കിലും ഉള്ള നഷ്ടം ചില ലിസ്റ്റുകളിലെങ്കിലും സംഭവി ച്ചേക്കാനിടയുണ്ടെന്ന ആശങ്ക ഉദ്യോഗാർഥികൾക്കുണ്ട്. കൂടാതെ പി എസ് സി വഴിയുള്ള നിയമനങ്ങളിൽ മെരിറ്റ് ഉള്ളവരെ സംവ രണ കാറ്റഗറിയിൽ നിയമനം നൽകി, അതുവഴി പിന്നോക്ക സമു ദായങ്ങൾക്ക് നിയമപരമായി അർഹതയുള്ള സംവരണം ലഭ്യമാ

കുന്നുമില്ല. ഈ അപാകത അടിയന്തരമായി പരിഹരിക്കണം. സംവ രണം നഷ്ടപ്പെടാനുള്ള പഴുതുകൾ ഇല്ലാതാക്കണം.

2. സംവരണ നഷ്ടം ഉണ്ടായിട്ടുണ്ടെന്ന് കണ്ടെത്തിയ കാറ്റഗറികളിൽ നഷ്ടപ്പെട്ട എണ്ണത്തിന്റെ പരിധി പാലിച്ചുകൊണ്ട് ഈ എണ്ണം ബന്ധ പ്പെട്ട സമുദായങ്ങൾക്ക് നഷ്ടപ്പെട്ടു പോകാതിരിക്കുവാനും സേവന പ്രതിസന്ധി ഇല്ലാതാക്കുന്നതിനും സർക്കാർ പ്രത്യേക അനുവാദം നൽകിക്കൊണ്ട് ബന്ധപ്പെട്ട സമുദായാംഗങ്ങളിൽനിന്ന് താൽക്കാ ലികാടിസ്ഥാനത്തിൽ എംപ്ലോയ്മെന്റുകൾവഴി നിയമനം നടത്തേ ണ്ടതാണ്.

3. മുസ്ലീം ജനസംഖ്യ കേരളത്തിൽ ഏതാണ്ട് 26 ശതമാനത്തിൽ അധി കമാണ്. എന്നാൽ കേരള സർക്കാർ സർവീസിൽ മുസ്ലീം പ്രാതി നിധ്യം കേവലം 13 ശതമാനം മാത്രമാണ്. സാമൂഹികനീതിക്ക് തികച്ചും വിരുദ്ധമായ ഈ അസന്തുലനം ഒഴിവാക്കാനായി റിട്ടയേഡ് ഹൈക്കോടതി ജഡ്ജിയുടെ നേതൃത്വത്തിലുള്ള ഒരു ഉന്നതാധി കാര സമിതിയെ നിയോഗിച്ച് ഓരോ സാമുദായിക വിഭാഗങ്ങൾക്കും ലഭിക്കേണ്ട റിസർവേഷൻ ക്വാട്ട പുനർനിർണയിക്കുകയും മേലിൽ സംവരണനഷ്ടം സംഭവിക്കാതിരിക്കാനുള്ള മുൻകരുതലുകൾ നിർബന്ധപൂർവം സ്വീകരിക്കുകയും ചെയ്യേണ്ടതാണ്. നിയമനങ്ങൾ സംബന്ധിച്ച പൂർണവിവരങ്ങൾ ജനശ്രദ്ധയിൽ വരത്തക്കവിധം പ്രസിദ്ധപ്പെടുത്തേണ്ടതാണ്. ഉദ്യോഗാർഥികളുടെ നിയമനം സംബ ന്ധിച്ച സംവരണവിവരണങ്ങൾ സർവീസ് റിക്കോർഡിൽ വ്യക്ത മായി രേഖപ്പെടുത്തേണ്ടതാണ്.

4. അറബി, ഉർദു, സംസ്കൃതം അധ്യാപക തസ്തികകളിൽ വർഷങ്ങ ളായി നിലനിൽക്കുന്ന ഒഴിവുകൾ നികത്തേണ്ടതാണ്.

5. പൊതുമേഖലാ സ്ഥാപനങ്ങളിലെയും യൂണിവേഴ്സിറ്റികളിലെയും അർധസർക്കാർ സ്ഥാപനങ്ങളിലെയും നിയമനങ്ങളിൽ സംവരണ തത്വം പൂർണമായി പാലിക്കപ്പെടാൻ അവ പി എസ് സി മുഖേന നടത്തിക്കുന്നത് ആലോചിക്കേണ്ടതാണ്.

6. കരാറടിസ്ഥാനത്തിലും ദിവസ വേതനാടിസ്ഥാനത്തിലും ഉള്ള താൽ ക്കാലിക നിയമനങ്ങളിലും സംവരണതത്വം പാലിക്കേണ്ടതാണ്.

7. നീതിന്യായ സ്ഥാപനങ്ങളിലെ സബോർഡിനേറ്റ് ജുഡീഷ്യറി വിഭാഗ ങ്ങളിലേക്കും നോൺ ജുഡീഷ്യറി വിഭാഗങ്ങളിലേക്കുമുള്ള നിയ മനങ്ങൾ പി എസ് സി മുഖേന തന്നെ നടത്തണം.

8. പൊതുമേഖലാ ബാങ്കുകൾ, സഹകരണ ബാങ്കുകൾ, പൊതുമേ ഖലാ സ്ഥാപനങ്ങൾ എന്നിവയിലെ നിയമനങ്ങൾക്ക് കാലാകാല ങ്ങളിൽ രൂപംനൽകുന്ന ഇന്റർവ്യൂ ബോർഡുകളിൽ മുസ്ലീം പ്രാതി നിധ്യം ഉറപ്പുവരുത്തേണ്ടതാണ്.

9. പ്രൊഫഷണൽ കോഴ്സുകളുടെ പ്രവേശനത്തിന് യോഗ്യതാ പരീ

ക്ഷയിൽ നേടിയ മാർക്കിന്റെ 50 ശതമാനവും എൻട്രൻസ് പരീക്ഷ
യിലെ മാർക്കിന്റെ 50 ശതമാനവും പരിഗണിക്കേണ്ടതാണ്.
എൻട്രൻസ് പരീക്ഷയിലെ നെഗറ്റീവ് മാർക്ക് സംവിധാനം ഉടനടി
നീക്കം ചെയ്യേണ്ടതാണ്.

10. സംവരണതത്വം എയ്ഡഡ് വിദ്യാഭ്യാസ സ്ഥാപനങ്ങളിലും പാലിക്ക
പ്പെടണം. എയ്ഡഡ് സ്കൂളിലെ നിയമനം പി എസ് സി വഴി ആക്കാ
വുന്നതാണ്. സർക്കാരിൽനിന്ന് ശമ്പളവും നിയമനം മാനേജ്മെന്റും
എന്ന സ്ഥിതി ശരിയല്ല എന്ന അഭിപ്രായം ശക്തിപ്പെട്ടു വരികയാണ്.

11. പി എസ് സി നിയമനങ്ങൾക്കുള്ള യോഗ്യതാ മാനദണ്ഡത്തിൽ
ന്യൂനപക്ഷ വിഭാഗങ്ങൾക്ക് മിനിമം മാർക്കിൽ പത്തു ശതമാനം
ഇളവ് അനുവദിക്കണം. പല തസ്തികകൾക്കും മതിയായ ന്യൂന
പക്ഷ അപേക്ഷകരില്ല എന്ന പ്രശ്നം ഇങ്ങനെ പരിഹരിക്കാവുന്ന
താണ്.

12. ന്യൂനപക്ഷ പദവി ലഭിച്ച വിദ്യാഭ്യാസ സ്ഥാപനങ്ങളിൽ വിദ്യാർഥി
പ്രവേശനത്തിന് 50 ശതമാനം സീറ്റ് ബന്ധപ്പെട്ട സമുദായത്തിൽ
നിന്നുള്ളവർക്ക് നൽകേണ്ടതാണ്.

13. രംഗനാഥൻ മിശ്ര കമീഷൻ റിപ്പോർട്ടിൽ പരാമർശിച്ചപ്രകാരം മത
പരിവർത്തനം നടത്തിയ പട്ടികജാതി വർഗവിഭാഗങ്ങൾക്ക് സംവ
രണം നിഷേധിക്കുന്ന നയം നിർത്തലാക്കണം. മതമാറ്റം സംവ
രണം നിഷേധിക്കുന്നതിനുള്ള മാനദണ്ഡമാക്കരുത്.

14. സൈനിക സേവനമേഖലകളിലെ നിയമനങ്ങളിൽ സംവരണം പാലി
ക്കാൻ സംസ്ഥാന സർക്കാർ കേന്ദ്ര സർക്കാരിനോടാവശ്യപ്പെടണം.

15. അഡ്മിനിസ്ട്രേറ്റീവ് കേഡറുകളിലും ഉന്നത തസ്തികകളിലും
മുസ്ലീം പ്രാതിനിധ്യം ഉറപ്പുവരുത്തണം. അതിന് പ്രത്യേക പരിശീ
ലനവും പ്രമോഷനുകളിൽ സംവരണവും ഏർപ്പെടുത്താവുന്നതാണ്.

16. ന്യൂനപക്ഷ സംരക്ഷണ അവലോകനത്തിനായി രൂപീകരിക്കുമെന്ന്
പ്രഖ്യാപിച്ച ഉന്നതതല കമ്മിറ്റി പ്രവർത്തനം ഉടൻ ആരംഭിക്കണം.

17. എഴുത്ത് പരീക്ഷകളിൽ നിർണയിക്കുന്ന ഉയർന്ന കട്ട് ഓഫ് മാർക്ക്
സമ്പ്രദായം പുനഃക്രമീകരിക്കണം. വ്യക്തിഗത ഇന്റർവ്യൂവിന്
എഴുത്തു പരീക്ഷയുടെ ഇരുപതു ശതമാനം എന്ന നിലയിൽ നിജ
പ്പെടുത്തുന്നതിനാവശ്യമായ നടപടികൾ സ്വീകരിക്കണം.

18. മുസ്ലീം വിഭാഗങ്ങളായ ദഖ്നി, കച്ച് മേമൻ വിഭാഗങ്ങളെക്കൂടി
മുസ്ലീം സംവരണ ലിസ്റ്റിൽ ഉൾപ്പെടുത്തണം.

19. റെയിൽവേ ഉൾപ്പെടെയുള്ള കേന്ദ്ര പൊതുമേഖലാ സ്ഥാപനങ്ങ
ളിലെ സംവരണനില പരിശോധിച്ച് ആവശ്യമായ നടപടികൾ സ്വീക
രിക്കണം.

20. കൊച്ചിൻ സർവകലാശാല എ ഐ എസ് ടി പദവിയിലേക്ക് ഉയർ
ത്തുമ്പോൾ നഷ്ടമായേക്കാവുന്ന സംവരണം നിലനിർത്താനും

കേന്ദ്ര ഉന്നതവിദ്യാഭ്യാസ സ്ഥാപനങ്ങളിൽ സംവരണം നടപ്പാ ക്കാനും ആവശ്യമായ നടപടികൾ സ്വീകരിക്കേണ്ടതാണ്.

21. മെഡിക്കൽ എഞ്ചിനീയറിങ് കോളേജുകളിലെ പ്രവേശനത്തിൽ മെറിറ്റിന് അർഹതയുള്ള കുട്ടികളെ സംവരണലിസ്റ്റിൽപ്പെടുത്തു ന്നതായി ആക്ഷേപം ഉയർന്നത് പരിശോധിച്ച് അപാകതകൾ പരി ഹരിക്കണം.

4. തൊഴിലും സാമ്പത്തികവളർച്ചയും

1. കൃഷി, സ്വയംതൊഴിൽ സംരംഭങ്ങൾക്ക് ധനകാര്യ സ്ഥാപനങ്ങളിൽ നിന്ന് വായ്പ ലഭിക്കുന്നതിന് പ്രതിബന്ധങ്ങളുണ്ട്. ടറഡ് സോൺ വകതിരിക്കലിന്റെ മറവിൽ മുസ്ലീം കേന്ദ്രീകൃത പ്രദേശങ്ങളെ വായ്പനയത്തിൽ അകറ്റിനിർത്തുന്നതായ പരാതി പരിശോധിക്ക പ്പെടേണ്ടതാണ്.

2. പ്രവാസി ക്ഷേമം ലക്ഷ്യംവച്ച് പ്രഖ്യാപിച്ച ക്ഷേമനിധി ബോർഡും അതിന്റെ പ്രവർത്തനങ്ങളും അടിയന്തരമായി ആരംഭിക്കുക. നിലവി ലുള്ള നോർക്ക റൂട്ട്സിന്റെ പ്രവർത്തനം ശക്തിപ്പെടുത്തുക. അത് ജില്ലകളിലേക്കുകൂടി വ്യാപിപ്പിക്കുക, നിലവിലുള്ള ക്ഷേമപദ്ധതി കളും സ്കീമുകളും സംബന്ധിച്ച് ജനങ്ങൾക്കിടയിൽ ബോധവൽക്ക രണം നടത്തുക, പ്രവാസി പുനരധിവാസത്തിന് പരിപാടികൾ ആവി ഷ്കരിക്കുക. ഗൾഫ് യാത്രാപ്രശ്നങ്ങൾ പരിഹരിക്കുക.

3. പൊലീസ് സേനയിലും ഇന്റലിജൻസ് വകുപ്പിലും മുസ്ലീങ്ങൾക്ക് ജനസംഖ്യാനുപാതിക പ്രാതിനിധ്യം നൽകുക.

4. കുടുംബശ്രീയുടെ കീഴിൽ സംസ്ഥാനത്ത് നടക്കുന്ന ദാരിദ്ര്യ നിർമാർജന പ്രവർത്തനങ്ങളിലും ചെറുകിട ഉൽപ്പാദന സംരംഭങ്ങ ളിലും മുസ്ലീം വനിതകളെ കൂടുതലായി ബന്ധപ്പെടുത്തുക. മത– സമുദായ സംഘടനാ ബന്ധങ്ങളും സൗകര്യങ്ങളും ഇക്കാര്യത്തിൽ ഉപയോഗിക്കുന്നതിനുള്ള ശ്രമങ്ങൾ നടത്തുക.

5. ക്രീമിലെയർ കണക്കാക്കുന്നതിനുള്ള കുടുംബ വരുമാനപരിധി നില വിലുള്ള രണ്ടരലക്ഷത്തിൽനിന്ന് അഞ്ചു ലക്ഷമായി വർധിപ്പിക്കുക. ഇതിനാവശ്യമായ നടപടികൾ സർക്കാർ സ്വീകരിക്കേണ്ടതാണ്.

6. യൂണിവേഴ്സിറ്റികളിലെ ടീച്ചിങ് പോസ്റ്റുകൾ മൊത്തം ഒരു യൂണി റ്റായി കണക്കാക്കി നിയമന നടപടികൾ സ്വീകരിക്കുക.

5. കാര്യപ്രാപ്തി ആർജിക്കൽ

1. ആവശ്യമായ വ്യക്തിത്വ വികാസകോഴ്സുകളും പരിശീലനങ്ങളും സംഘടിപ്പിക്കേണ്ടതുണ്ട്. പിന്നോക്കംനിൽക്കുന്ന ജനവിഭാഗത്തിന്റെ പൊതുവായ പ്രശ്നം എന്ന നിലയ്ക്ക് ഇത്തരം സംവിധാനങ്ങൾ സർക്കാർ സംവിധാനത്തിലൂടെ സജ്ജീകരിക്കേണ്ടതാണ്. അതോ ടൊപ്പം നിലവിൽ ഏർപ്പെട്ടിട്ടുള്ള തൊഴിൽരംഗങ്ങളിൽ കൂടുതൽ

നൈപുണ്യം നേടുന്നതിനും പുനഃപരിശീലനങ്ങൾക്കും അവസരം ഒരുക്കുകയും അവ പ്രയോജനപ്പെടുത്തുകയും ചെയ്യേണ്ടതുണ്ട്.

2. തൊഴിൽസ്ഥാപനങ്ങളും ഗവേഷണ പരിശീലനകേന്ദ്രങ്ങളും അടിസ്ഥാനമാക്കി ഇത്തരം പരിപാടികൾ കൂടുതലായി സംഘടിപ്പിക്കേണ്ടതാണ്.

3. വിദ്യാലയങ്ങളെ അടിസ്ഥാനമക്കി കരകൗശല ക്രാഫ്റ്റ്‌വർക്കുകളും മറ്റും പരിശീലിപ്പിക്കുകയും അവയിൽ പ്രാവീണ്യം നേടുന്നതിന് അവസരം സൃഷ്ടിക്കുകയും ചെയ്യേണ്ടതാണ്.

4. പഠന പര്യടന പരിപാടികളുടെ ഭാഗമായി കരകൗശല വസ്തു നിർമാണ കേന്ദ്രങ്ങളും വ്യവസായ യൂണിറ്റുകളും സന്ദർശിക്കേണ്ടതും കൂടുതൽ താൽപ്പര്യമെടുക്കുന്നവർക്ക് കൂടുതൽ സമ്പർക്കാവസരങ്ങൾ ഒരുക്കിക്കൊടുക്കേണ്ടതുമാണ്.

5. പ്രാദേശിക വിഭവങ്ങളും പാഴ്‌വസ്തുക്കളും മറ്റും ഉപയോഗപ്പെടുത്തി അലങ്കാരവസ്തുക്കൾ നിർമിക്കുന്നതിനും വിപണന ശൃംഖലകൾക്ക് രൂപംനൽകുന്നതിനും മറ്റും വേദികൾ സൃഷ്ടിക്കേണ്ടതാണ്. കുടുംബശ്രീ സംവിധാനം ഇതിനായി ഉപയോഗപ്പെടുത്താവുന്നതാണ്.

6. പി എസ് സി പരീക്ഷകൾക്കും മറ്റു പൊതുപരീക്ഷകൾക്കും പ്രാപ്തരാക്കുന്നതിനായി പുതിയ പരിശീലന കേന്ദ്രങ്ങൾ ആരംഭിക്കുകയും നിലവിലുള്ളവ ശക്തിപ്പെടുത്തേണ്ടതുമാണ്.

6. സ്കോളർഷിപ്പ്

1. കേരളത്തിൽ മുസ്ലീം പെൺകുട്ടികൾക്ക് പുതുതായി വിദ്യാഭ്യാസ സ്കോളർഷിപ്പ് ഏർപ്പെടുത്തേണ്ടതാണ്. ഫീസാനുകൂല്യത്തിന് അർഹരായ എല്ലാവർക്കും സ്കോളർഷിപ്പ് ഏർപ്പെടുത്തേണ്ടതാണ്.

2. ഗവേഷണാധിഷ്ഠിത കോഴ്‌സുകൾക്ക് പഠിക്കുന്ന മുസ്ലീം പെൺകുട്ടികൾക്ക് പ്രതിവർഷം 12,000 രൂപ സ്കോളർഷിപ്പ് ഏർപ്പെടുത്തേണ്ടതാണ്.

3. ആർട്‌സ് ആന്റ് സയൻസ് കോളേജുകളിലെ ഡിഗ്രിക്കും പി ജിക്കും പഠിക്കുന്ന മുസ്ലീം പെൺകുട്ടികൾക്ക് പ്രതിവർഷം 2000 രൂപ സ്കോളർഷിപ്പ് ഏർപ്പെടുത്തുക.

7. പശ്ചാത്തല സൗകര്യങ്ങൾ

1. വടക്കൻ ജില്ലകളിലെ തീരദേശ മത്സ്യത്തൊഴിലാളികളിൽ ഭൂരി ഭാഗവും മുസ്ലീങ്ങളാണ് തൃശ്ശൂർ ജില്ലമുതൽ കോഴിക്കോട് ജില്ല ഉൾപ്പെടെയുള്ള തീരപ്രദേശങ്ങളിലെ മത്സ്യത്തൊഴിലാളികളുടെ വാസകേന്ദ്രങ്ങളുമായി ബന്ധപ്പെടുത്തി ഗതാഗത യോഗ്യമായ റോഡുകളുടെ നിർമാണത്തിന് പരിപാടി ആവിഷ്കരിക്കേണ്ടതാണ്.

2. കുടിവെള്ള പ്രശ്നവും കാർഷികപ്രശ്നവും ഗതാഗത പ്രശ്നവും

ഒരുമിച്ച് പരിഹരിക്കാനുതകുന്നതും മുസ്ലീം ജനവിഭാഗത്തിന് ഉയർന്ന പ്രാമുഖ്യമുള്ള തിരൂർ – പൊന്നാനി താലൂക്കുകളിലെ മുഴുവൻ ജനങ്ങൾക്കും പ്രയോജനപ്പെടുന്നതും കോഴിക്കോട്–കൊച്ചി തീരദേശ ഗതാഗതം സുഗമവും ചെലവുകുറഞ്ഞതുമാക്കി മാറ്റുന്ന തിനും നിർദിഷ്ട ചമ്രവട്ടം റഗുലേറ്റർ–കം–ബ്രിഡ്ജ് ഉടനടി പണി ആരംഭിക്കുകയും യുദ്ധകാലാടിസ്ഥാനത്തിൽ പൂർത്തീകരിക്കു കയും ചെയ്യേണ്ടതാണ്.

3. തീരദേശങ്ങളിൽ മുസ്ലീങ്ങൾ കേന്ദ്രീകരിച്ച് താമസിക്കുന്ന പ്രദേ ശങ്ങളിലേക്ക് ഗതാഗത സൗകര്യങ്ങൾ മെച്ചപ്പെടുത്തേണ്ടതാണ്. ഇതിനായി പ്രത്യേക സ്കീമുകൾക്കു രൂപംനൽകുകയും കേന്ദ്രസ ഹായങ്ങൾ ഏകോപിപ്പിച്ചുകൊണ്ട് പരിപാടികൾ ആവിഷ്കരിക്കേ ണ്ടതുമാണ്.

8. വഖഫ്

1. വഖഫ് സ്വത്ത് പരിപാലനത്തിനും സേവനത്തിനും പുതിയ മാർഗ നിർദേശങ്ങൾ നൽകുകയും റൂൾസ് പരിഷ്കരണത്തിന് നടപടി സ്വീകരിക്കാൻ കേന്ദ്ര സർക്കാരിനോട് ആവശ്യപ്പെടുകയും ചെയ്യുക.

2. അന്യാധീനപ്പെട്ട വഖഫ് സ്വത്തുക്കൾ തിരിച്ചെടുക്കുവാൻ ആവശ്യ മായ നടപടി സ്വീകരിക്കുക.

3. വഖഫ് സ്വത്തുക്കളെ സംബന്ധിച്ച് സമയബന്ധിത സർവേ നടത്തി ആസ്തി രജിസ്റ്റർ കാലോചിതമാക്കുക.

4. വഖഫ് സ്ഥാപനങ്ങളുടെ ഭരണകാര്യക്ഷമതയ്ക്കായി വഖഫ് കേഡ റിന് രൂപംനൽകുക.

5. മദ്രസാധ്യാപകർക്ക് വഖഫ് ബോർഡ് മുഖേന പുതിയ ക്ഷേമപദ്ധതി കളും ആശ്വാസനടപടികളും സ്വീകരിക്കുക.

6. വഖഫ് ബോർഡുവഴി മദ്രസ അധ്യാപകരുടെ പെൺമക്കളുടെ വിവാ ഹത്തിന് ധനസഹായവും ഭവന നിർമാണ വായ്പയും അനുവദി ക്കുക.

7. വഖഫ് സ്വത്തുക്കൾ പ്രത്യുൽപ്പാദനപരമായ കാര്യങ്ങൾക്കുകൂടി ഉപയോഗപ്പെടുത്തുക.

8. വഖഫ് വികസനകോർപ്പറേഷൻ രൂപീകരിക്കുക.

9. മുസ്ലീം സമുദായത്തിന്റെ വഖഫ് സ്ഥാപനങ്ങൾ, പള്ളിവക അനു ബന്ധ സ്ഥാപനങ്ങൾ എന്നിവ മുഴുവൻ വഖഫ് ബോർഡിൽ രജി സ്റ്റർ ചെയ്യുക. രജിസ്ട്രേഷൻ കാര്യത്തിൽ കെട്ടിക്കിടക്കുന്ന അപേ ക്ഷകളിൽ ഉടൻ തീർപ്പ് കൽപ്പിക്കുക.

9. ഭരണനടപടികൾ

1. സംസ്ഥാനത്ത് ഒരു ന്യൂനപക്ഷ ക്ഷേമവകുപ്പിനു രൂപംനൽകുക. വിവിധ വകുപ്പുകളിൽ നിലനിൽക്കുന്ന സമാനമായുള്ള കാര്യങ്ങളെ

ഈ വകുപ്പിലേക്ക് ഏകോപിപ്പിക്കുക. ഇതിന്റെ ജില്ലാതല ഭരണ കേന്ദ്രങ്ങൾകൂടി ആരംഭിക്കുക.

2. മുസ്ലീം പിന്നോക്കാവസ്ഥ പരിഹരിക്കുന്നതിന് സ്വീകരിക്കേണ്ട അടിയന്തര നടപടികളുടെ ഭാഗമായി വകുപ്പ് രൂപീകരണത്തിന് മുന്നോടിയായി സംസ്ഥാന സെക്രട്ടറിയേറ്റിൽ ന്യൂനപക്ഷ ക്ഷേമസെൽ രൂപീകരിക്കുക.

3. ന്യൂനപക്ഷ പാക്കേജ് കണ്ണൂർ, കോഴിക്കോട്, മലപ്പുറം, പാലക്കാട്, എറണാകുളം, കൊല്ലം, ആലപ്പുഴ എന്നീ ജില്ലകളിൽക്കൂടി ഉടനെ നടപ്പാക്കുക. ഇതിനാവശ്യമായ നടപടി കേന്ദ്രസർക്കാരുമായി ആലോചിച്ച് നടപ്പിൽ വരുത്തുക.

4. മുസ്ലീം പെൺകുട്ടികളുടെ സ്കോളർഷിപ്പ് വിഷയത്തിൽ അടിയന്തര പരിഗണന നൽകുക. ആവശ്യമായ തുക അനുവദിക്കുക.

കേരളത്തിലെ മുസ്ലീങ്ങളുടെ പിന്നോക്കാവസ്ഥ പരിഹരിക്കാനാവശ്യമായ കേരളത്തിലെ പ്രഥമ രേഖയാണ് പാലൊളി കമീഷൻ റിപ്പോർട്ട് എന്നു പറയാം. മുസ്ലീങ്ങളുടെ കേരളീയ സാഹചര്യം ഉത്തരേന്ത്യയിൽ നിന്ന് തികച്ചും വ്യത്യസ്തമാകയാൽ കേരള മുസ്ലീങ്ങളുടെ പ്രശ്ന പരിഹാരത്തിന് വേറിട്ടൊരു പഠന റിപ്പോർട്ട് എന്ന നിലയ്ക്ക് പാലൊളി കമീഷൻ റിപ്പോർട്ട് കേരളത്തിലെ പിന്നോക്കവിഭാഗമായ മുസ്ലീങ്ങളുടെ മുന്നേറ്റത്തിലെ നാഴികക്കല്ലായിത്തന്നെ ചരിത്രത്തിലിടം തേടുകയാണ്. റിപ്പോർട്ട് സർക്കാർ സ്വീകരിക്കുകയും മന്ത്രി പാലൊളി മുഹമ്മദ് കുട്ടിയുടെ നേതൃത്വത്തിൽത്തന്നെ അത് നടപ്പിൽവരുത്താനുള്ള പദ്ധതികൾ ഇച്ഛാശക്തിയോടെ തന്നെ സർക്കാർ ഏറ്റെടുക്കുകയായിരുന്നു. സർക്കാർ കാലാവധി തീരുംമുമ്പ് റിപ്പോർട്ടിലെ പ്രധാന ഇനങ്ങളെല്ലാം നടപ്പിൽ വരുത്തുകകൂടി ചെയ്തു എന്നത് പാലൊളി റിപ്പോർട്ടിനെ മറ്റ് റിപ്പോർട്ടുകളിൽനിന്ന് വേറിട്ടു നിർത്തുന്നു.

ഇടതുപക്ഷ സർക്കാർ നടപ്പാക്കിയ കാര്യങ്ങൾ

1. 2008 മേയ് മാസത്തിൽ സംസ്ഥാന സെക്രട്ടേറിയറ്റിൽ പൊതുഭരണ വകുപ്പിൽ അണ്ടർ സെക്രട്ടറിയുടെ കീഴിൽ ന്യൂനപക്ഷ സെൽ രൂപീകരിച്ചു. ഈ വകുപ്പിന് കീഴിലാണ് പാലൊളി റിപ്പോർട്ട് നടപ്പാക്കുന്നത്.

2. സംസ്ഥാന ന്യൂനപക്ഷ ക്ഷേമവകുപ്പ് രൂപീകരിക്കുന്നതിന് 29.12.2010 ലെ മന്ത്രിസഭായോഗം തീരുമാനമെടുത്തു. പാലൊളി റിപ്പോർട്ട് നിർവഹണ നടപടികൾക്കായി അനുവദിച്ച 52 തസ്തികകളും വകുപ്പ് ആസ്ഥാന ഓഫീസ് പ്രവർത്തനങ്ങൾക്കായി എട്ടു തസ്തികകളും ഉൾപ്പെടെ അറുപത് തസ്തികകൾ തുടക്കത്തിൽ ഈ വകുപ്പിനുകീഴിൽ വന്നു. വകുപ്പ് തലവനായി ഗ്രാമവികസന വകുപ്പിലെ ജോയിന്റ് ഡെവലപ്മെന്റ് കമീഷണർ ചക്രവർത്തി മഥോസ് രൂപവത്സിനെ നിയമിച്ചു.

3. ജില്ലാ കളക്ടറേറ്റുകളിൽ ന്യൂനപക്ഷ സെക്ഷൻ രൂപീകരിച്ച് 2009 മുതൽ പ്രവർത്തനം ആരംഭിച്ചു. ഹജ്ജ്, വഖഫ്, മുഅല്ലിം ക്ഷേമ

നിധി, മൈനോരിറ്റി കോച്ചിങ് സെന്റർ തുടങ്ങിയവ ഈ സെക്ഷന്
കീഴിലാക്കി.

4. 2009 ഫെബ്രുവരിയിൽ മുഅല്ലിം ക്ഷേമനിധി ഓഫീസ് കോഴിക്കോട്ട്
   പ്രവർത്തനമാരംഭിച്ചു. 2010 ജൂലായ് മുതൽ ക്ഷേമനിധി അംഗത്വ
   വിതരണം ആരംഭിച്ചു. പ്രതിമാസം 100 രൂപ വീതം അംഗത്വ വരി
   സംഖ്യ അടച്ച് പദ്ധതിയിൽ തുടരുന്നവർക്ക് സേവനാനന്തരം മിനിമം
   അഞ്ഞൂറു രൂപയും പരമാവധി 5200 രൂപാ വരെയും അംഗത്വ
   ദൈർഘ്യമനുസരിച്ച് പെൻഷൻ ലഭിക്കും. പെൻഷണറുടെ കാല
   ശേഷം നിക്ഷേപത്തുകയും വർധിത ആദായവും പൂർണമായി അവ
   കാശികൾക്ക് തിരികെ ലഭിക്കുന്നു. 20 വയസു തികഞ്ഞവർക്ക്
   അംഗത്വം ലഭിക്കുന്നു. 65 വയസുവരെ സർവീസിൽ തുടരാൻ കഴി
   യുന്നു. ഇതേക്കുറിച്ച് ഇസ്ലാംമത പണ്ഡിതന്മാരുടെ ആശങ്കകൾ ദൂരീ
   കരിക്കാൻ പദ്ധതി പരമാവധി പലിശ മുക്തമാക്കി. മാനേജ്മെന്റു
   കൾ വിഹിതം നൽകാൻ തയാറാകാത്തപക്ഷം മദ്രസാധ്യാപകർക്കു
   തന്നെ വിഹിതം നൽകാൻ കഴിയുംവിധം നടപടികൾ ഉദാരമാക്കി.
5. മുഅല്ലിം ക്ഷേമനിധിയിലേക്ക് കരുതൽ നിക്ഷേപമായി ഒരു കോടി
   രൂപ നൽകി. രണ്ടു രൂപയ്ക്ക് നൽകിവരുന്ന അരി മദ്രസാധ്യാപ
   കർക്കും നൽകാൻ തീരുമാനിച്ചു.
6. ന്യൂനപക്ഷ കേന്ദ്രീകൃത ജില്ലകളുടെ സമഗ്ര വികസനത്തിനായി
   കേന്ദ്ര ന്യൂനപക്ഷ പദ്ധതിയിൽ കേരളത്തിൽനിന്ന് വയനാട് ജില്ല
   മാത്രമാണുള്ളത്. ഇതിൽ മലപ്പുറം, കോഴിക്കോട്, കണ്ണൂർ, എറണാ
   കുളം എന്നീ ജില്ലകൾകൂടി ഉൾപ്പെടുത്താൻ കേന്ദ്രസർക്കാരിനോ
   ടഭ്യർഥിച്ചു.
7. മുസ്ലീം പെൺകുട്ടികളുടെ ഉന്നതവിദ്യാഭ്യാസത്തിന് സംസ്ഥാന
   സർക്കാർ വക 2008–09 മുതൽ സ്കോളർഷിപ്പും ഹോസ്റ്റൽ സ്റ്റൈ
   പ്പന്റും നൽകിത്തുടങ്ങി. 3000, 4000, 5000, 10000 എന്നീ നിരക്കു
   കളിലാണ് ഇത് നൽകുന്നത്. 7000 ത്തിനുമേൽ സ്കോളർഷിപ്പും
   3000 ത്തോളം ഹോസ്റ്റൽ സ്റ്റൈപ്പന്റും നൽകുന്നുണ്ട്.
8. കേന്ദ്ര കേരള സർക്കാരുകളുടെ സ്കോളർഷിപ്പ് വിതരണം കാര്യ
   ക്ഷമമാക്കുന്നതിന് ഇന്ത്യയിലാദ്യമായി ഓൺലൈൻ സമ്പ്രദായം
   ആവിഷ്കരിച്ചു. സ്കോളർഷിപ്പുകൾ യഥാവിധി വിതരണം ചെയ്യുന്ന
   സംസ്ഥാനവും കേരളം തന്നെയാണ്.
9. മലബാർ മേഖലയിലെ ഹൈസ്കൂളുകളുടെയും ഹയർസെക്കന്ററി
   സ്കൂളുകളുടെയും കാര്യത്തിൽ നിലനിന്നിരുന്ന അപര്യാപ്തത
   ഗണ്യമായി കുറയ്ക്കാൻ 2008–09, 2010–11 വർഷങ്ങളിൽ ആവശ്യ
   മായ നടപടി സ്വീകരിച്ചു. 2008 ൽ 32 സർക്കാർ ഹൈസ്കൂളുകൾ
   ഹയർസെക്കന്ററികളാക്കി. നിലവിലുണ്ടായിരുന്ന ഹയർസെക്കന്ററി
   സ്കൂളുകളിൽ അധികബാച്ചുകൾ അനുവദിച്ചു. വർധിപ്പിച്ച ബാച്ചു
   കളിൽ അധ്യാപക അധ്യാപകേതര തസ്തികകളും സൃഷ്ടിച്ചു.
   ജില്ല തിരിച്ചുള്ള കണക്ക്:

ജില്ല	ഉയർത്തിയ ഹൈസ്കൂളുകൾ	ഹയർസെക്കന്ററി ബാച്ചുകൾ	അനുവദിച്ച അധികസീറ്റുകൾ
കാസർഗോഡ്	04	18	1800
കണ്ണൂർ	10	51	4860
വയനാട്	06	09	1620
കോഴിക്കോട്	08	51	4500
മലപ്പുറം		109	6540
പാലക്കാട്	04	56	4080
ആകെ	32	294	23400

9. 2008–09 വർഷം മലബാറിൽ 14 സർക്കാർ ഹൈസ്കൂളുകൾ വൊക്കേഷണൽ ഹയർ സെക്കന്ററി സ്കൂളുകളായി ഉയർത്തി. ആ വകയിൽ 2800 പ്ലസ് ടു സീറ്റുകൾ വർധിച്ചു. 2010 ൽ നാൽപ്പത്തൊന്ന് അൺ എയ്ഡഡ് ഹയർ സെക്കന്ററി സ്കൂളുകൾക്ക് അംഗീകാരം നൽകി. മലബാർ പ്രദേശത്തെ മുസ്ലീം സ്കൂളുകൾക്കാണ് ഇപ്ര കാരം അംഗീകാരം കിട്ടിയത്. ഇതിനുംപുറമേ ഹയർസെക്കന്ററി സ്കൂളുകളില്ലാതിരുന്ന 121 പഞ്ചായത്തുകളടക്കം 176 പഞ്ചായത്തു കളിൽ എയ്ഡഡ് ഹയർസെക്കന്ററി സ്കൂളുകൾ അനുവദിച്ചു.

ജില്ല	ഹയർസെക്കന്ററി ഇല്ലാത്ത വകുപ്പിൽ	അഡീഷണൽ ഹയർ സെക്കന്ററികൾ	
തൃശൂർ	27	7	
പാലക്കാട്	27	8	
മലപ്പുറം	20	6	
കോഴിക്കോട്	23	8	
വയനാട്	3	5	
കണ്ണൂർ	16	14	
കാസർഗോഡ്	5	7	
ആകെ	121	55	176

ഇതോടെ മലബാർ മേഖലയിലെ പ്ലസ് ടു പ്രശ്നം തീർത്തും ഇല്ലാ തായി. ഇക്കാര്യത്തിൽ തെക്കു വടക്ക് വിവേചനവും ഇല്ലാതായി.

10. നാലു പതിറ്റാണ്ടിനിടയിൽ കേരളത്തിൽ ആകെ ഉണ്ടായിരുന്ന ഐ ടി ഐകൾ 34 എണ്ണം മാത്രമായിരുന്നു. എൽ ഡി എഫ് സർക്കാർ നാലു വർഷത്തിനകം 38 ഐ ടി ഐകൾ കൂടി സ്ഥാപിച്ചു. മൊത്ത

മുള്ള 72 ഐ ടി ഐ കളിൽ 18 എണ്ണം മലബാർ മേഖലയിലാണ്. അതിൽ മൂന്നെണ്ണം മലപ്പുറത്ത്. ഇതിനുപുറമേ മലബാറിൽ 130 ഐ ടി സികൾക്ക് അനുമതി നൽകി. അതിൽ 45 എണ്ണവും മല പ്പുറം ജില്ലയിൽ.

11. അലിഗഡ് യൂണിവേഴ്സിറ്റി ക്യാമ്പസ് മലപ്പുറത്ത് ആരംഭിച്ചു. യൂണി വേഴ്സിറ്റി ഇന്ത്യയിൽ അഞ്ച് സെന്ററുകളാണ് പ്രഖ്യാപിച്ചത്. അതിൽ സർക്കാരിന്റെ തീവ്രശ്രമഫലമായി ആദ്യത്തെ സെന്റർ മല പ്പുറത്തുതന്നെ ആരംഭിച്ചു. അതിനുവേണ്ടി 335 ഏക്കർ സ്ഥലം പൊന്നുംവില കൊടുത്ത് വാങ്ങുകയും റോഡ് വൈദ്യുതി സൗകര്യ ങ്ങളും താൽക്കാലിക കെട്ടിടസൗകര്യങ്ങളും സർക്കാർതന്നെ ഏറ്റെടുക്കുകയും ചെയ്തു.

12. പ്രവാസി ക്ഷേമനിധി ഏർപ്പെടുത്തിക്കൊണ്ട് ഇന്ത്യയിൽ ആദ്യമായി പ്രവാസി ക്ഷേമം ഉറപ്പുവരുത്തി. ഇതിൽ ഒരുവർഷത്തിനിടയിൽ ഒന്നരലക്ഷംപേർ അംഗങ്ങളായി. പത്തു കോടിരൂപ സർക്കാർ ക്ഷേമനിധിയിലേക്ക് നൽകിയിട്ടുണ്ട്.

13. മത്സരപ്പരീക്ഷകളിൽ മുസ്ലീം ന്യൂനപക്ഷ വിദ്യാർഥികളെ പ്രാപ്തരാ ക്കുന്നതിന് മലബാറിന്റെ വിവിധ ഭാഗങ്ങളിൽ കോച്ചിങ് സെന്ററു കൾ തുടങ്ങി. ആദ്യഘട്ടത്തിൽ കോഴിക്കോട്, പൊന്നാനി, പയ്യന്നൂർ, എറണാകുളം, തിരുവനന്തപുരം എന്നിവിടങ്ങളിലാണ് സെന്റർ പ്രഖ്യാപിച്ചത്. അതിൽ ആദ്യം കോഴിക്കോടും പിന്നീട് പൊന്നാനി, പയ്യന്നൂർ എന്നിവിടങ്ങളിലും സെന്ററുകൾ പ്രവർത്തനമാരംഭിച്ചു. ഈ സെന്ററുകളിൽ 50 ശതമാനം സീറ്റുകളും മുസ്ലീങ്ങൾക്ക് സംവ രണം ചെയ്തു. പരിശീലനം സൗജന്യമായാണ് നൽകുന്നത്. പാലൊളി കമ്മിറ്റി നിർവഹണ ഫണ്ടിൽ നിന്നാണ് ഇതിന്റെ ചെല വുകൾ നൽകുന്നത്.

14. പൊതുമേഖലാ ഇന്റർവ്യൂ ബോർഡുകളിൽ മുസ്ലീം പ്രാതിനിധ്യം നൽകാൻ വ്യവസായ വകുപ്പ് ഉത്തരവ് പുറപ്പെടുവിച്ചു.

15. തീരപ്രദേശബന്ധമുള്ള ഒമ്പത് ജില്ലകളിലെ മുസ്ലീം കേന്ദ്രീകൃത പ്രദേശങ്ങളിൽ സർക്കാർ സ്കൂളിൽ പെൺകുട്ടികൾക്ക് പ്രത്യേക സൗകര്യങ്ങളോടുകൂടി ടോയ്ലറ്റുകൾ നൽകി. ജലലഭ്യത ഉറപ്പു വരുത്തി. 306 വിദ്യാലയങ്ങളിൽ 643 ടോയ്ലറ്റുകളും 198 മൂത്രപ്പുര കളും ശുചിത്വമിഷന്റെ സഹകരണത്തോടെ അതത് വിദ്യാലയങ്ങ ളിലെ പി ടി എകൾ വഴി നിർമിക്കുന്നതിന് നടപടികൾ സ്വീകരിച്ചു.

16. ദഖ്നി കച്ച് മേമൻ വിഭാഗങ്ങളെ സംവരണവിഭാഗത്തിൽ ഉൾപ്പെടു ത്തുന്നതിന് ഉത്തരവ് പുറപ്പെടുവിച്ചു.

17. സംവരണത്തിന് അർഹരായ വിഭാഗങ്ങൾക്ക് അർഹതപ്പെട്ട ക്വാട്ട വീഴ്ച കൂടാതെ അനുവദിക്കുന്നതിന് നിയമനാധികാരികൾക്കും നിയമന ഏജൻസികൾക്കും പ്രത്യേകം നിർദേശം നൽകി. നിയ മനം കൂടുതൽ സുതാര്യമാക്കുകയും സംവരണം പാലിക്കുന്നുണ്ടോ

എന്നുറപ്പ് വരുത്താൻ നിയമനങ്ങൾ യഥാവിധി പ്രസിദ്ധപ്പെടു
ത്താനും സൗകര്യമുണ്ടാക്കി.

18. ഓർഫനേജുകളിലെ അന്തേവാസികൾക്ക് നിലവിലുണ്ടായിരുന്ന
     പ്രതിമാസ ഗ്രാന്റ് ഇരട്ടിയാക്കി. ഇതിനുപുറമേ വർഷംതോറും 25
     രൂപ വർധിപ്പിക്കണമെന്നും വകുപ്പിനോടഭ്യർഥിച്ചു.

19. ദേശീയ ന്യൂനപക്ഷ കമീഷന്റെ മാതൃകയിൽ സംസ്ഥാനത്ത് ന്യൂന
     പക്ഷ കമീഷൻ സ്ഥാപിക്കുന്നത് സംബന്ധിച്ച ബില്ല് മന്ത്രിസഭ
     അംഗീകരിച്ചു. ബില്ലിന് നിയമസഭയുടെ അംഗീകാരം ലഭിക്കുന്ന
     തോടെ മൂന്നംഗ കമീഷൻ നിലവിൽ വരും. (പുതിയ സർക്കാരാണ്
     നടപടികൾ പൂർത്തിയാക്കേണ്ടത്.)

20. മലബാർ മേഖലയിലെ തെരഞ്ഞെടുത്ത കോളേജുകളിൽ പുതിയ
     കോഴ്സുകൾ തുടങ്ങാൻ നിർദേശിക്കുകയും അതിനായി പണം
     നീക്കിവയ്ക്കുകയും ചെയ്തു. (പുതിയ സർക്കാരിലെ ധനമന്ത്രി
     യായ കെ എം മാണി ആ തീരുമാനം റദ്ദ് ചെയ്യുകയായിരുന്നു.)

21. സ്വാതന്ത്ര്യസമരത്തിൽ മുസ്ലീങ്ങൾ വഹിച്ച പങ്ക് അനുസ്മരിച്ചു
     കൊണ്ട് മുസ്ലീം സ്വാതന്ത്ര്യസമര സേനാനികളെക്കുറിച്ചും മലബാർ
     കലാപത്തെക്കുറിച്ചുമുള്ള ചരിത്രഭാഗങ്ങൾ പാഠപുസ്തകങ്ങളിലുൾ
     പ്പെടുത്തി.

22. അറബിഭാഷയെ പ്രോത്സാഹിപ്പിക്കുന്നതിന് കോഴിക്കോട് സർവ
     കലാശാലയിൽ ഒരു പ്രത്യേക സെന്റർതന്നെ തുടങ്ങാൻ സർക്കാർ
     തീരുമാനിക്കുകയും അതിന്റെ പ്രഖ്യാപനം വിദ്യാഭ്യാസമന്ത്രി ശ്രീ.
     ബേബി നടത്തുകയും ചെയ്തു. (പുതിയ സർക്കാർ തുടർനീക്ക
     ങ്ങൾ നടത്തേണ്ടതാണ്.)

23. മോയിൻകുട്ടി വൈദ്യർ സ്മാരകത്തിന്റെ കീഴിൽ കേരളീയ
     മുസ്ലീങ്ങളുടെ സംസ്കൃതി സംരക്ഷിക്കുന്നതിന് വിവിധ പദ്ധതിക
     ളാവിഷ്കരിക്കുന്നതിന് കൂടുതൽ തുക വിലയിരുത്തി. അപ്രകാരം
     കൈയെഴുത്ത് കൃതികളും അറബിമലയാള കൃതികളും ശേഖരി
     ച്ചു. മ്യൂസിയം തുടങ്ങി. സ്മാരകത്തിൽ സ്കാർഫ് എന്ന പേരിൽ
     മാപ്പിളകലാ അക്കാദമി സ്ഥാപിച്ചു. ആദ്യത്തെ അറബി മലയാള
     കാവ്യമായ *മുഹ്യദ്ദീൻ മാല*യുടെ നാനൂറാം വാർഷികം ആചരി
     ച്ചു.

24. വഖഫ് സ്വത്തുക്കളുടെയും വഖഫ് പരിപാലനത്തിന്റെയും കാര്യ
     ത്തിൽ വ്യാപകമായ പരാതികൾ ഉയർന്നതിന്റെ അടിസ്ഥാനത്തിൽ
     ജസ്റ്റിസ് നിസാറിന്റെ കീഴിൽ ഒരു അന്വേഷണ കമീഷൻ നിയോ
     ഗിച്ചു. വഖഫ് സംബന്ധിച്ച് 64 പരാതികളാണ് സർക്കാരിന്റെ പരി
     ഗണനയിലുണ്ടായിരുന്നത്. 2009 ജനുവരിയിൽ റിപ്പോർട്ട് സർക്കാ
     രിന് സമർപ്പിക്കുകയും സർക്കാർ അത് പൂർണമായി അംഗീകരി
     ക്കുകയും ചെയ്തു. എന്നാൽ വഖഫ് ബോർഡ് ഉദ്യോഗസ്ഥരും
     ചില അംഗങ്ങളും ചേർന്ന് റിപ്പോർട്ട് നടപ്പാക്കുന്നത് സ്റ്റേ ചെയ്തു.

സർക്കാരിന്റെ ഭാഗത്തുനിന്ന് കോടതിയിൽ വിശദീകരണം സമർപ്പി
ച്ചിരുന്നു. (പുതിയ സർക്കാരിന് പ്രശ്നത്തിൽ വേഗത്തിൽ ഇടപെടാ
വുന്നതേയുള്ളൂ.)

25. സാംസ്കാരികവകുപ്പിന്റെ കീഴിൽ സൗഹൃദ കൂട്ടായ്മകൾ സംഘടി
    പ്പിച്ചു. മാപ്പിളകലാകാരന്മാർക്കു അവാർഡുകളും പെൻഷനും പുന
    ക്രമീകരിച്ചു. 'പാടിപ്പറയൽ' കലാകാരന്മാരെ ആദരിച്ചു.

26. കുടുംബശ്രീ പ്രവർത്തനങ്ങൾ മലബാർ മേഖലയിൽ വ്യാപിപ്പിച്ചു.

27. ചമ്രവട്ടം കം റെഗുലേറ്റർ ബ്രിഡ്ജിന്റെ പണി യുദ്ധകാലാടിസ്ഥാന
    ത്തിൽ പൂർത്തിയാക്കി. പൊന്നാനിയിൽത്തന്നെ മത്സ്യബന്ധന തുറ
    മുഖവും നിർമിച്ചു. തുറമുഖം വികസിപ്പിക്കാൻ നടപടികൾ സ്വീക
    രിച്ചു. ഈ മേഖലയിൽ തന്നെ വിവിധ വകുപ്പുകളുടെ സഹായ
    ത്തോടെ പാർപ്പിട സൗകര്യങ്ങൾ വർധിപ്പിച്ചു.

മേൽപ്രവർത്തനങ്ങൾ കൂടാതെ എൽ ഡി എഫ് സർക്കാർ
മുസ്ലീങ്ങൾക്കായി ചെയ്ത പ്രധാന നേട്ടം മുടങ്ങിക്കിടക്കുന്ന ഹജ്ജ്
ഹൗസ് നിർമിച്ചു എന്നതാണ്. സർക്കാർ ഇതിനായി 2.20 കോടി രൂപ
നൽകി. സർവ സൗകര്യങ്ങളോടുംകൂടി യുദ്ധകാലാടിസ്ഥാനത്തിൽ
ഹജ്ജ് ഹൗസിന്റെ നിർമാണം പൂർത്തിയാക്കി. അതോടൊപ്പം മലബാർ
മേഖലയിൽ പിന്നോക്ക സമുദായ വികസന കോർപ്പറേഷൻ, മത്സ്യഫെ
ഡ്, വനിതാ വികസന കോർപ്പറേഷൻ തുടങ്ങിയ ഏജൻസികളുടെ
പ്രവർത്തനം കൂടുതൽ കാര്യക്ഷമമാക്കി. സ്വയംതൊഴിൽ വായ്പകൾ,
ഹ്രസ്വകാല വായ്പകൾ, വിദ്യാഭ്യാസ വായ്പകൾ, തൊഴിലുപകരണ
വായ്പകൾ, ചെറുകിട കച്ചവട വായ്പകൾ എന്നിവ മലബാർ പ്രദേശ
ങ്ങളിൽ കൂടുതൽ കാര്യക്ഷമമാക്കി. ഒപ്പം കുടുംബശ്രീ പദ്ധതികളിലൂ
ടെയുള്ള സ്വയംതൊഴിൽ സംരംഭങ്ങളിൽ മുസ്ലീം സ്ത്രീകൾ കൂടുതൽ
പങ്കാളികളായി. സർക്കാർ നാലു വർഷത്തിനകം പിന്നോക്കവിഭാഗ
ക്ഷേമകോർപ്പറേഷന് 188 കോടിരൂപ വായ്പ നൽകിയത് 35000 ഗുണ
ഭോക്താക്കൾക്ക് നേട്ടമുണ്ടാക്കി.

പാലൊളി കമീഷൻ റിപ്പോർട്ടിൽ പ്രസക്തമായ നിർദേശങ്ങളൊക്കെ
ഇടതുപക്ഷ സർക്കാർ നടപ്പിലാക്കിയതാണ്. ഒരു റിപ്പോർട്ടും ഹ്രസ്വ
കാലംകൊണ്ട് സമർപ്പിക്കുകയോ ഹ്രസ്വകാലംകൊണ്ടുതന്നെ നടപ്പാക്കു
കയോ ചെയ്ത ചരിത്രം കേരളത്തിലുണ്ടായിട്ടില്ല. അതുകൊണ്ടു തന്നെ
പാലൊളി കമീഷൻ റിപ്പോർട്ടും അതിന്റെ പ്രവർത്തനവും രാജ്യത്ത്
മാതൃകയായി നിലകൊള്ളുന്നു. കേന്ദ്രംപോലും സച്ചാർ റിപ്പോർട്ട് യഥാ
വിധി നടപ്പാക്കുന്നതിൽ വീഴ്ച വരുത്തിയതാണ് നാം കണ്ടത്. ഇടതു
പക്ഷവും ഇടതുപക്ഷ സർക്കാരും ഇക്കാര്യത്തിൽ കാണിച്ച ഇച്ഛാശക്തി
യും നിശ്ചയദാർഢ്യവും രാജ്യത്തെ ജനാധിപത്യ പ്രക്രിയയും മതനിര
പേക്ഷയയും ശക്തിപ്പെടുത്താൻ സഹായിക്കുമെന്നതിൽ രണ്ടുപക്ഷമില്ല.